முதல் மழைத்துளி

லெஷ்சுமி கணேசன்

INDIA · SINGAPORE · MALAYSIA

ISBN 979-8-89277-247-1

சிறுகதைகள்

நூல்குறிப்பு

இந்த புத்தகமே எனது முதல் சிறுகதை தொகுப்பு என்பதாலும் மற்றும் இதில் முதலில் வரும் முதல் மழைத்துளி என்ற கதை பிரதிலிப்பி தளத்தில் **ஜெய்ஹிந்த் போட்டிக்காக முதன் முதலில் பரிசுப் பெற்றுத்தந்தமையாலும், இந்த சிறுகதை தொகுப்பிற்கு முதல் மழைத்துளி என்று பெயரிட்டுள்ளேன்.**

எனது எழுத்துக்கள் மற்ற எழுத்தாளர்களால் ஈர்க்கப்பட்டதற்கு அதுவே முதல் காரணமாகவும் அமைந்தது. அந்த படைப்பை தொடர்ந்து நான் எழுதிய **அன்பிற்கினியவள் மற்றும் சாளரத்தில் நிலவும் தொடர்ந்து வரிசையாக, எங்கேயும் காதல் மற்றும் ஆசான் போட்டிகளில் பரிசுகளை பெற்று தந்தது.**

சாளரத்தில் நிலவு என்ற சிறுகதை கார்கில் வீர மரணம் அடைந்த மேஜர் சரவணன் அவரின் நினைவாக இந்த படைப்பில் அவரது பெயரையே கதாபாத்திரமாக வைத்து, அப்படியே வாசகர்களால் ரசிக்கப்பட்டு எனக்கும் பரிசை பெற்று தந்தது. பள்ளி பருவத்தில் தண்டிக்கப்பட்டு பிறகு வாழ்வில் அதே பள்ளியில் எப்படி நாயகனாக மீண்டும் வந்தார் என்பது கதையின் சிறப்பு.

அன்பிற்கினியவள் கதையின் சுவாரஸ்யம் இளமை காதல் பிறகு திருமணம், அதன் பின் மழையில் வீடு திரும்பாத கணவனை நினைத்து பதறும் மனைவி, பிறகு கதை எப்படி முடிவடைந்தது எனபதை வாசித்தால் உணர முடியும்.

இன்னொரு காதல் பூத்திருக்குமோ, சிறுகதையை பொருத்தவரை வாடிய சருகுக்குள் பூத்த காதல் மலர். வாசித்து முடிக்கும் போது மனம் நிறைந்துவிடும். எனக்கு பிடித்த கதையில் இதுவும் ஒன்று.

அருகதையற்றவன் மற்றும் இரும்பு பெட்டிக்குள் இதயம், இந்த இரண்டு சிறுகதைகளும் வாசிப்பவர்களின் மனதை பேச விடுவேன் என்று நான் நம்புகிறேன். கதையின் இறுதியில் மனம் கணமாகும். அந்த கதையை பற்றி இங்கே வாய் திறக்க மாட்டேன்.

இரண்டாம் ஜென்மத்தின் பிறந்த நாள், இந்த சிறுகதை நகைச்சுவை நிரம்பியது. இதுவே நான் எழுதிய முதல் கதை. பெண் படலம் எப்படி முடிகிறது என்பது தான் கதை. புதுமை ஏதும் இருக்காது, ஆனால் ரசிக்கும்படி எழுதியுள்ளேன்.

மாயக்காரியின் ஓரக்கண்ணால்... இதுவொரு அப்பாவி மாணவனின் கதை. வீட்டில் நடக்கும் கூத்தினால் பள்ளியில் கலாய்க்கும் மாணவர்களால் மாணவன் எடுக்கும் முடிவு. கொஞ்சம் காதல் மற்றும் நகைச்சுவை சேர்த்துள்ளேன்.

சூப்பர் காம்பினேஷன்... இந்த கதை ஒரு அனாதை ஆசிரமத்தில் வளரும் பெண்ணின் காதல்,

அவன் காதலன் பாரினில் வேலைப்பார்ப்பதாக வடிவமைத்து, எவ்வாறு கரம் பிடிக்கிறார்கள் என்ற கோணத்தில் எழுதப்பட்டது.

ஜன்னல் ஓரப் பூங்குயிலே, அர்ஜுன் என்ற சிறுவன் ஒருவன் மழையில் மாட்டிக் கொண்டு வீடு திரும்பும் வரை நடக்கும் சுவாரஸ்யம் தான் இந்த கதை. இளமை காதல். சுபமான முடிவு.

சிகப்பு ரோஜா பூத்திருக்கு, இந்த கதை கணவன், மனைவி, மாமியார் மற்றும் மாமனார் அவர்களுக்குள் இருக்கும் பாசமழையை வெளிப்படுத்தும் படைப்பு. நேரடியான கதை களம். டிவிஸ்ட் ஏதுமில்லை.

ஈரமனம் ஏஞ்சலினா @ பட்டாம்பூச்சி, ஆதித்யா பார்க்கர் பேனா வாங்க வேண்டும் என்ற லட்சியம் ஏன் வந்தது, அதை வாங்க எப்படி எதிர்கொள்கிறான் என்பது கதையின் கரு. பள்ளி கால காதல் கதை கொஞ்சம் சென்டிமென்ட் உண்டு. மன வலி தெரியாமல் கதையை நகர்த்திச் சென்றுள்ளேன்.

நகரப்பேருந்து... கதையில் நாயகன் ஆதித்யா புதியதாய் சென்னைக்கு வந்து நகரப் பேருந்தில் படும்பாடு தான் கதை. கொஞ்சம் சமுதாய கருத்தோடு எச்சரிக்கை தரும் படைப்பு.

இனி அனாதைகள் இல்லை, இந்த சிறுகதை, ஊரை விட்டு ஓடி வந்த குடும்பம் மீண்டும் எப்படி ஊருக்குள் நுழைகிறார்கள் என்பதை கற்பனையோடு வாசிக்க இலகுவாக எழுதியது.

அவர்களாவது வாழட்டும்... இந்த கதை, ஒவ்வொரு சராசரி மனிதனின் எதிர்பார்ப்பை

போல், என் மனதில் நான் ஆசைப்பட்ட கனவு நாடு தான் இந்த படைப்பு. இது யாரையும் புண்படுத்தும் நோக்கில் எழுதப்பட வில்லை.

நீங்கள் வாசித்து என்னோடு உங்கள் விமர்சனத்தை பகிர்ந்து கொள்ளுங்கள். நிச்சயம் என்னை சரி செய்து கொள்ள உதவும்.

மனமார்ந்த நன்றிகள்

என்றென்றும் அன்புடன்

லெஷ்சுமி கணேசன்.

ஆசிரியர் குறிப்பு

திருச்சி மாவட்டத்தில் உள்ள பொன்மலையில் பிறந்த நான், சிறுவயதிலிருந்தே வாசிப்பில் மிகுந்த ஈடுபாடு கொண்டேன். நான் தமிழ் வழியில் பயின்று, திருச்சியில் பள்ளி படிப்பையும் தஞ்சாவூரில் பொறியியல் மேற்படிப்பை முடித்திருந்தாலும், நான் வாசிப்பதையும் எழுதுவதையும் நிறுத்தவில்லை. ஏதாவது மனதை நெகிழ வைத்துவிட்டாலோ இல்லை நேரம் கிடைத்தாலோ எனது உணர்ச்சிகளை மென்மையாக கொட்டிவிடுவேன்.

முதலில் பிரதிலிப்பி என்ற இணைய தளத்தில் கவிதைகள், கதைகள் மற்றும் நாவல்கள் எழுத ஆரம்பித்தேன். Lakshmi Ganesan என்ற பெயரில் என்னை அங்கேயும் தேடலாம். பிரதிலிப்பி தளமும் என்னை அடையாளம் கண்டு பல சிறுகதை போட்டிகளில் எனது படைப்பிற்கு பரிசுகள் மற்றும் சான்றிதழ் தந்துள்ளது. இன்னும் தொடர்ந்து மகிழ்வுடன் எழுதுகிறேன்.

என்னை தனித்து காட்டியது எழுத்துக்கள் என்றாலும் எனது வாசகர்களின் விமர்சனங்கள் என்னை ஊக்கமளித்து, புத்தகம் வெளியிடும் அளவிற்கு உயர்த்தியது என்பதை அன்புடனும் பெருமையுடன் கூறுகிறேன். இதில

குடும்பத்தினரின் உறுதுணையும் உறுதியாய் நிற்க வைத்துள்ளது.

எனது எழுத்து நிரம்பிய காகிதத்தை உங்களால் தூக்கியெறிய கூட மனம் வராது என்பதை உறுதியாக நம்புகிறேன். எனது படைப்புகள் அத்தனையும் மனதை கணமாக்கும் இல்லை மருந்தாக வந்து வலியை தீர்க்கும்.

முதல் மழைத்துளி கார்முகிலாய் வருகிறாள், உங்கள் கருத்துக்களை lakshmieganesan@gmail.com என்ற முகவரிக்கு அனுப்பலாம். உங்கள் கருத்துக்களுக்கு பதிலளிக்க காத்திருக்கிறேன்.

என்றும் அன்புடன்

லெஷ்சுமி கணேசன்

வாழ்த்துரை

தமிழ் இலக்கியம் எத்தனையோ பரிமாணத்தை காலத்திற்கு ஏற்ப அடைந்து தலைமுறைக்கு ஏற்ப தன்னை புதுப்பித்து இளமையாக்கி கொண்டது.

தமிழை இளமையாக்கி என்றும் பார்த்த பெருமை அந்தந்த காலகட்டத்தில் எழுதி வாழ்ந்து மறைந்த வாழும் புலவர்களையும் ஆசிரியர்களையுமே சேரும்.

இந்த வரிசையில் தன்னையும் இணைத்துக் கொள்ளும் முயற்சியில் தோழமை எழுத்தாளர் லெட்சுமி கணேசனின் இந்த கன்னி முயற்சியாக அவரது சிறுகதைகள் அடங்கிய தொகுப்பு நூல் நிச்சயமாக இலக்கிய உலகில் ஒரு மணிமகுடம் சூட்டும் என்பதில் எனக்கு ஐயமில்லை.

எழுத்தாளர் லெட்சுமி கணேசன் எனக்கு இணையத்தில் இலக்கிய வெளியீடான பிரதிலிபி எனும் வலைத்தளம் மூலமாகவே அறிமுகம். அவரது புதுக்கவிதையில் வரும் அவரது சிந்தனையும் எழுத்து நடையும் என்னை வியப்பில் ஆழ்த்தி அவரது தீவிர ரசிகனாக்கியது.

புதுக்கவிதை போலவே அவர்களின் சிறுகதைகளும்.. வாசித்தல் எனும் பழக்கம் எத்தனை அழகானது எனும் உணர்வை

உள்ளத்தில் எழ வைத்து கதையுடன் நம்மை கட்டி இழுத்து போகும்.

தன்னுடன் சம காலத்தில் எழுதும் எல்லோரையும் அரவணைத்து போகும் அவர்களது தலைமை பண்பும், பாராட்டி நிறை குறைகளை மனம் நோகாமல் வார்த்தைகளில் வெளிப்படுத்தும் மாண்பும் எல்லோருக்கும் பிடித்த ஒன்று.

எனக்கும் இப்படித்தான் அவர்களது நட்பு எழுத்தின் மூலம் கிட்டியது. இது தமிழ் எனக்கு கொடுத்த கௌரவ பரிசாகவே பார்க்கிறேன். கல்லை செதுக்கும் போது உளி தன்னையும் சேர்த்து கூர் தீட்டிக் கொள்வது போல். இவர் தன்னுடைய சிறுகதை நூல் வெளியீட்டில் என்னையும் முன்னுரை எழுதச் சொல்லி எனக்கும் எழுத்தாளர் எனும் முகவரியை வழங்கி விட்டார்.

தோழமை எழுத்தாளர் லெட்சுமி கணேசன் அவர்களை பற்றி சொல்லவேண்டும் என்றால் பதிப்பகம் அதையும் தனி நூலாக அச்சிட வேண்டி வரும். முகம் பார்க்காத தோழர். தமிழ் எங்களை எழுத்துலகில் இணைத்து கொள்ள இங்கே நான் முன்னுரை எழுதுகிறேன்.

பதினைந்து சிறுகதைகள் வழியாக காதலும் கருணையையும் கலந்து புதுக்கவிதையில் சிறுகதை புனைந்து என்றும் தன்னை புரட்சிகரமான புதுமை எழுத்தாளர் என்று நிலை நிறுத்திக் கொண்டார்.

நாமும் வாசிக்க முனைந்து விட்டால் நிச்சயமாக ஒவ்வொரு சிறுகதையும் நம்மை சில

காலத்திற்கு அதன் பாதிப்பில் வைத்திருக்கும் என்பதில் எள் முனையளவும் ஐயமில்லை.

"மகிழ்வித்து மகிழ்.." என்பது போல் நான் பெற்ற இந்த சிறுகதை வாசிப்பு மூலம் வாசித்து பெற்ற அனுபவத்தை வாசகர்கள் நீங்கள் ஒவ்வொருவரும் நிச்சயம் பெறுவீர்கள் என்று நம்புகிறேன்.

தோழர் இன்னும் பல சாதனை நூல்களை படைத்து இலக்கிய வானில் தனக்கென்று ஒரு நிரந்தர அங்கிகாரம் பெற்று எல்லா வளமும் பெற்று வாழ வாழ்த்தி இறைவனிடம் வேண்டுகிறேன்.

என்றென்றும் அன்புடன்..

ஆ. பொன்னி வர்மன்.

1

முதல் மழைத்துளி

அந்தி வானத்தில் அயிரை மீன்களுக்கு நடுவில் பேரொளியின் பிரகாசத்தில் மிளிர்ந்தாள் நித்திலா. அவள் எப்போது வருவாள் என்ற வருகை பதிவிடவில்லை. அவள் காஞ்சி காமாட்சிப்போல் அவள் ஊருக்குள் இருப்பது ஊருக்கே விலாசம். அவள் வெள்ளை கிளியோபாட்ரா. தங்கத்தில் இறுக்கப்பட்ட இடை, இரு விழியில் பல குண்டு வெடி சுமப்பாள். ஆடை அலங்காரத்தில் அவள் தமிழ் நாட்டு தாவணியில் ஜொலித்து, இளம் மனங்களை தவிக்க விடுவாள். அவள் வீட்டு கதவுகள் எப்போது திறக்கப்படும் என்று ஏங்கி கிடப்பார்கள்.

பல கல்லூரி மாணவர்கள் பல அரியர்களை சுமப்பதற்கு அவளும் ஒரு காரணம். அவள் வாசலில் தண்ணீர் தெளித்து கோலம் போடும் நேரத்தில் இருந்து துயில் கொள்ளும் நேரம் வரை நினைவில் பதிந்து விடுவார்கள்.

அவளுக்கு காந்தன் ஆகும் ஆசையில் காத்திருந்த கூட்டத்தில் நானும் ஒருவன் ஆதித்யா என்ற பெயரில் திரியும் சின்ன காளை. அவளை அடையாத ஏக்கத்தில் திரியாத

இளைசுகளை ஒன்று கூட்டி ஒரு தலை ராகம் கொண்டாடும், காதலில் வருத்தப்படாத வாலிபர் சங்கத்தின் உறுப்பினர் ஒருவனாக நானே தலைவர் பொறுப்பையும் ஏற்று இருந்தேன். ஆனால் இந்த சங்கத்தலைவனுக்கு அவள் நடத்தும் பாடம் கடைசிவரை புரியவில்லை.

எப்படி என் மனதுக்குள் வந்தாள் என்பதை ஆராய முடிவு செய்தேன், ஆராய்ச்சி அவசியமில்லை என்று நீங்கள் சொல்லலாம். அப்படி விட்டுவிட முடியாது.

தலைவன் என்ற பொறுப்பில் இருப்பதால் அதை கொட்டி தீர்க்க வேண்டும்.

மழையில்லாமல் காதல் வருமா என்ன.. சரி அது இப்போது வேண்டாம். மழைக்கு முன்னால் வரும் கருமேகத்தைப் பற்றி அறிமுகம் செய்வோம். அந்த கருமேகம் வேறுயாருமில்லை அது நான் தான்.

அவள் தான் மழை, அவள் வருவதற்கு முன்னே வாசலில் நிற்பேன். என்னை அவள் கடந்து செல்லும் போது சின்ன தாலாட்டு சத்தத்தோடு தென்றல் காற்று சுழல் காற்றாய் திரியும் அவள் கூந்தல் வலது பக்கத்தில் இருந்து இடது பக்கத்தில் திருப்பி போடும் போது.

அவளுக்கு நித்திலா என்று பெயர் வைத்ததற்கு காரணம் தேடினேன்.

நித்தமும்

நினைவில் வந்து

நித்திரை நிலவாய்

நின்று பார்வையில்

பௌர்ணமியாய்

வந்து போகும்

தில்லாலங்கடி அவள்.

பிறந்ததும் தெரித்திருக்கும் போல அவள் அம்மாவுக்கு அப்படி ஒரு பெயரை தேர்ந்தெடுத்து வைத்திருக்கிறாள்.

மனதில் நிற்கும் மாய விழிக்காரி, நான் மன்மதன் அல்ல அவளுக்கு, ஆனால் அவள் எனக்கு என்றும் ரதி தான்.

சில வருடங்களுக்கு முன்,

அந்த அக்டோபர் பத்து திங்கட்கிழமை...

பள்ளியில் படிக்கும் போது ஒரு நிஜமழை வருவது போல் தெரிந்தது. ஒரு கிழியாத குடைப்போல் என் சட்டை இருந்தது. மைபேனா பாக்கெட்டில் கசிந்தது, ஊதா மை என்பதால் கொஞ்சம் மை பூசி கதர் ஆடை கொஞ்சம் கலராய் மாறியது. எதிரே ஒரு ஐஸ்கிரிம் வண்ண பாவாடை சட்டையில், மிடில் கிளாஸ் மாதவிப்போல் ஒருத்தி, ஐஸ்கிரிம் வண்டி நின்ற இடத்தில் நின்று கொண்டிருந்தாள். ஏற்கனவே ஒரு கையில் ஐஸ்கிரிம் வைத்திருத்தாள், இன்னொரு கையில் ஐஸ்கிரிம் வேண்டும் என்பது போல் கையை நீட்டி, அண்ணா சீக்கிரம் கொடுங்கள் மழை வரப்போகிறது, அம்மா திட்டுவார் என்றாள் ஐஸ் விற்பவரிடம். அப்போது அவள் ஐஸ்கிரிம் பெட்டி அளவிற்கு உயரமில்லை என்பதால் கொஞ்சம் எக்கி வாங்க முயற்சித்தாள்.

அப்போது மனதில் தோன்றியது அவளை தூக்கி விடலாமா என்று, அவள் பெண் பிள்ளை என்பதால் கொஞ்சம் தள்ளி நின்று கொண்டு, அண்ணா சீக்கிரம் இந்த பாப்பாவிடம் ஐஸ்கிரிம் கொடுங்கள் என்றேன் ஐஸ்கிரிம்காரனிடம்.

நான் ஒன்னும் பாப்பா இல்லை என்றாள் பதிலுக்கு என்னிடம்.

கூடவே என் ஆசிரியை அம்மா, என்னை பள்ளியில் இருந்து அழைத்து வந்ததால் பதில் ஒன்றும் பேசவில்லை. என்னை பெத்த அம்மாவுக்கு அன்று தான் புத்தி வந்தது போல் சட்டென்று உன் பெயரென்ன என்றார் அவளிடம். கொஞ்சும் தமிழில் அவள் பெயரை உச்சரித்தால் நித்திலா என்று.

யூ வார் சோ கீயூட் என்றாள் அம்மா.

என்ன படிக்கிறாய் என்று கேட்க, பத்தாம் வகுப்பு படிக்கிறேன் என்றார்.

சரிம்மா நீ வீட்டுக்கு போ என்று அம்மா இன்னொரு ஐஸ்கிரிம் வாங்கி கொடுத்து, பின் அவள் கன்னத்தில் சிறு முத்தம் கொடுத்து விட்டு அனுப்பினார்.

தேங்கஸ் ஆன்டி என்று சொல்லி விட்டு அந்த ஐஸ்கிரிம் பாவாடை நித்திலா சென்றாள். அவள் பேரில் ஒரு ஈர்ப்பு வந்தது, நல்லவேளை என்னை அண்ணா என்று அழைக்கவில்லை என்று நினைத்தேன் இந்த ஆதித்யா.

அன்று என் மனம் பக்குவ படவில்லை. அது வரை அம்மாவின் புடவை முந்தானை பிடிச்சே வளர்ந்தவனுக்கு, விதவிதமான எண்ணங்கள்

தோன்றியது. அம்மாவும் அங்கேயே ஐஸ்கிரிம் எனக்கு வாங்கி கொடுத்தார். கொஞ்சம் நேரம் அங்கேயே சுழன்று கொண்டிருந்தது மனம். அம்மா எதிரே வந்த தன் தோழியுடன் விருந்தினரை உபசரிப்பது போல் பேசி கொண்டிருந்தார். சிறு தூரம் கடந்த அந்த பாப்பா ஒரு மாடிவீட்டில் நுழைந்தது. அது தான் அந்த பாப்பாவின் அரண்மனை என்றதும் மனதுக்கு பட்டு ஆடை போட்டு விழா எடுத்தது போல் இருந்தது.

வர்ண பகவான் பூமியை வாழ்த்த நினைத்து வந்து உடனேயே சற்று நேரத்தில் சட்டையை நனைத்து விட்டான் கோடை மழையின் வாசனையோடு, அம்மா அருகில் உள்ள மரத்தடியில் ஒதுங்கினார். எனக்கோ குத்தாட்டம் போட ஆசை, அம்மா மழையை திட்டுவாள் என்று ஒதுங்கி கொண்டு மரத்தின் பெருத்த மரக்கிளைக்கு கீழே பாதுகாப்பாய் நின்றேன். கருமேகங்கள் தீடிரென்று கூட்டம் சேர்ந்து கொட்டிய மழையென்பதால் குடையேதும் கொண்டு வரவில்லை.

அம்மாவின் தோழியும் நனைந்தார்கள். மழையும் காற்றும் கொஞ்சியது மனதில் ஏதோ புத்துணர்வு வந்து நாளைக்கு பள்ளி லீவு விடுவார்களா என்று ஏங்கியது...

விட்டுப்போன சொந்தம் ஒன்று தேடி வந்தது போல் நித்திலாவின் வீட்டில் இருந்து ஒரு குடை ஒன்று வந்தது மழையில் நனைந்து கொண்டே, குடைக்குள் பாப்பா பட்டாம்பூச்சியும் அதன் அக்கா பட்டாம்பூச்சியும் கையில் ஒரு குடையோடு படையெடுத்து வந்தார்கள்.

ஆன்டி இந்தாங்க குடை, வீட்டுக்கு நனையாமல் போங்கள் என்றாள். சரிடா செல்லம் என்று அம்மாவும் அவசரத்துக்கு ஆசையோடு வாங்கி கொண்டாள் குடையை.

பரவாயில்லை ஆன்டி என்று சொல்லி விட்டு, ஒத்த பார்வையில் நனைந்த என்னை மேலும் கீழும் பார்த்து ஒரு அலசு அலசி விட்டுப்போனது. ஏற்கனவே நனைந்தவனை அலசியதால் உள்ளே ஒரு நடுக்கம் வந்தது.

அப்படியே இந்த இரண்டு தென்றலும் மழையில் நனையாமல் அவர்கள் வீட்டு கதவை திறந்து உள்ளே சென்று விலகியது விழிகளில் இருந்து.

தினமும் அவள் வீட்டு வழியே செல்லும் போதெல்லாம் குடையும் மழையும் கூடவே ஐஸ்கிரிமும் பாப்பாவும் நினைவில் வந்து போகும்.

இப்படியே போகும் போது வரும் போதும் இருவரின் விழிகளும் மோதி கொள்ளும் ஒன்றை ஒன்று தேடுவது போல்.

ஐந்து ஆறு வருடம் போனது சிறுவர்கள் எல்லாம் இளைஞர்களாய் மாற நான் தலைவன் ஆனேன் காதலில் வருத்தப்படாத வாலிபர் சங்கத்திற்கு, வைத்திருந்த மிதிவண்டியும் எண்ணெய் குடிக்கும் மோட்டார் சைக்கிளாய் மாறியது. பள்ளி கல்லூரி முடித்து வேலைக்கு போய் மூன்று வருடங்கள் ஆனது. மாடிவீட்டு நித்திலா மாறவில்லை இன்னும் தேவதையாய் காட்சியளித்தால். அவள் அப்பா ஒரு கான்ஸ்டபிள், நிச்சயம் அவள் வீட்டின் உள்ளே

கருப்பு பண குப்பைக்கிடங்கு இருக்கும் என்று ஊரில் எல்லோரும் நினைத்தார்கள்.

அவளும் படிப்பில் பெருமை சேர்த்தால் ஊருக்கு, நானும் கொஞ்சம் பிரதிலிப்பி என்னும் இன்ஜினியரிங் கல்லூரியில் நிறைய பார்டிசீப்பெண்ட் சர்டிபிகேட், இறுதி செம்மஸ்டரில் நன்றாக படித்து கோல்டு மெடல் சர்டிபிகேட் வாங்கியதோடு இல்லாமல், சில விளையாட்டில் கலந்து பல ஓட்டங்களில் பரிசையும் வென்று இருக்கிறேன்.

அரும்பு மீசையில் நானும் முறுக்கு மீசையில்லாத ரன் மாதவன் போல் இருந்தேன். அவளோ இன்றைய ஸ்நேகாவின் மகள் போல் மாறினாள். பேச்சில் கொஞ்சம் ஆங்கில வாடை வந்துவிட்டது. கடைக்கார்களிடம் பேசினாலும் ஆங்கிலம் கலந்து தான் பேசுவாள். அவள் விழிகள் என்னிடம் பேசும் போதெல்லாம் எப்எம் ரேடியோ அலைவரிசை போல் ஒன்றாகவே இருவரின் அலைவரிசையும் இருக்கும்.

இருவருமே சொல்லி கொள்ளாத காதலில் காத்திருந்தோம். நான் வேலைக்கு சென்ற பின்பு தான் அவளிடம் காதலை சொல்ல வேண்டும் என்று நினைத்திருந்தேன். அவளும் திருமண வயதிற்கு வந்துவிட்டாள், எனக்கும் வேலைகிடைத்து விட்டது என் விருப்பம் போல்.

காதலை சொல்ல காத்திருந்த நேரத்தில் முகப்புத்தகமும் வாட்ஸ் ஆப்பும் வந்துவிட்டது. அவளும் கொஞ்சம் ஸ்டில் அன்ட் ஸ்டைல் (Still and Style) விரும்பி என்பதால் அவளது பயோடேட்டா முழுவதும் வலைதளத்தில்

பதிவிட்டு இருந்தாலும். தேடிய சாமி குறுக்கே வந்தது போல் அவளுக்கு பிடிக்கும் பிடிக்காது என்பதை நானும் வாசம் பிடித்துவிட்டேன். மனம் கூறியது மனமார நன்றிகளை வலை தளத்திற்கு.

அவளது அழகிய புகைப்படத்தை டவுன்லோட் செயதேன். அதில் மனதில் நெடுநாளாய் வைத்திருத்த கவிதையை எழுதினேன்.

அடி வளர்பிறையே

வானவில்லின்

தாய் பிள்ளையே...

மருதாணியிட்ட

கன்னத்தில்

கருமையிட்டு

மறைக்கவா...

வெண்ணிலா

ஐஸ்கிரிம் வைத்து

மறைக்கவா...

கன்னக்குழிக்கு

உன் தாய்

என்னடி செய்தா?

என்னிடம் வா வட்டிக்கு கடன்

வாங்கியாவது அம்மன் கோவில்

செதுக்கிய சிலைப்போல

நான் பார்த்துக்குவேண்டி..

திருவிழாவுக்கு வந்து விடாதே

உன்னை தேடும் தீவிரவாதிகள்

நிறைய பேர் இங்கு காத்திருக்கிறார்கள்...

இப்படி கவிதை எழுதி முடித்து தயாராக இருந்தேன். அவளிடம் நல்லநேரம் பார்த்து என் காதலை தெரிவிக்கலாம் என காத்திருந்தேன்.

அதே சமயம், நீண்ட நாட்களாக நித்திலாவின் அக்காவின் பின் ஒரு மன்மதன் பின்னே துரத்தி இருக்கிறான், அவனும் வலைதளத்தில் அவள் அக்காவின் புகைப்படத்தை டவுன்லோட் செய்து அவனோடு இருப்பது போல் மாப்பிங் செய்து புகைப்படத்தை வலையதளத்தில் பதிவிட்டு ஏற்கனவேபிரச்சினைபுகைந்து, இப்போதுவெடித்து எரிமலையாய் கிளம்பி அவள் அம்மாவிற்கும் அப்பாவிறகும் சண்டை வந்து கோவித்து விட்டு அவள் அம்மாவும்சொந்த ஊருக்கு சென்று விவாகாரத்து வரை சென்றுவிட்டது.

இதையறியாமல் நானும் நாளை அவளிடம் என் காதலை தெரிவிக்கலாம் என்று நினைத்து காத்திருந்தேன்.

எப்படி முடியும் இந்த காதல் என்றிருந்தவனுக்கு....

மறுநாள் காலை, அதான் ஆகஸ்ட் பதினைந்து, சுதந்திர தினம் மற்றும் எனது பிறந்த நாள், வீட்டுக்கு அருகில் உள்ள தெருவில் சுதந்திரத்தை கொண்டாடும் மகிழ்ச்சியில், அரசியல் கூட்டங்களும் சிறுவர் சிறுமிகளும் இனிப்பை வழங்கி கொண்டு இருந்தார்கள். மேடையில் அரசியல் தலைவர் ஒருவர் சுதந்திரத்தையும் சுதந்திர போராட்ட தவைவர்களையும் பற்றியும் நம் நாட்டை இளைஞர்கள் கையில் ஒப்படைத்து விட்டதாக அழகாய் பேசிக்கொண்டிருந்தார்.

ஆரவாரம் கைதட்டல் பாட்டு சத்தம் என்று அமர்க்களம் ஆனது, அந்த நாள் முதல் பாதி தாளமிட்டது.

சுதந்திர தின விழா முடிந்து என் வீட்டுக்கு கிளம்பி செல்கையில்

மலர் வளையம் நிரம்பிய வண்டி அவள் வீட்டு வாசலில் வந்து நின்றது, யாருக்காக இறுதியாத்திரை வண்டி காத்திருக்கிறது. என்றும் ஒன்றும் புரியவில்லை.

ஆனால் அங்கு அவளும் இல்லை அவள் அக்காவும் இல்லை அவள் அம்மாவும் இல்லை, கோபித்து கொண்ட அம்மா ஏதும் செய்து கொண்டார்களா? இல்லை பாதிக்கப்பட்ட நித்திலாவின் அக்கா ஏதும் செய்து கொண்டாளா? என்று தவிப்பில் இருந்தவனுக்கு, இன்னொரு பேரதிர்ச்சி காத்திருந்து...

அன்றிலிருந்து இன்று வரை என் பிறந்த நாளை நான் கொண்டாடுவதில்லை.

இப்படியே முடித்துவிடுகிறேன்... அவள் என்றும் என்னோடு இருக்கிறாள். இனி கண்ணில் விழமாட்டாள் காணாத தூரம் சென்றுவிட்டாள். அன்றிலிருந்து இன்று வரை எனது புகைப்படத்தை சமுக வலைதளத்தில் பதிவிடுவதில்லை. இது எச்சரிக்கை அல்ல இழந்தவனின் வலி.

நம் நாட்டுக்காவது சுதந்திரம் கிடைத்துவிட்டது என்று ஒவ்வொரு வருடமும் அதே நாள் மேடையில் எழுச்சி பேச்சில் அரசியல்வாதிகள் பேசும் போதெல்லாம், மேடை கூட்டத்தின் ஓரத்தில் நின்று மண்ணில் கலந்தவர்களை

ஞாபகப்படுத்தி நினைக்கும் போது, ஒரு சொட்டு கண்ணீர் கன்னத்தில் விழுந்து விட்டு போகும் அந்த முதல் மழைத்துளிகள் போல்...

*******முற்றும்******

2

இன்னொரு காதல் பூத்திருக்குமோ

என்னடா இந்த வருஷம் ஊருக்கு போலாமா? நீ வரியா ஊருக்கு என்றார் அம்மா. நானும் எதையும் யோசிக்காமல் சட்டென்று பதில் சொன்னேன் வருகிறேன் என்று. அம்மாவும் ஏற்கனவே சொல்லி இருக்காங்க, ஏப்ரல் மாதம் ஊரே ஒன்று கூடும் சித்திரை திருவிழானு. காட்டு கோவில் அது தான் எங்கள் ஊரோட சிறப்பு. கோவிலை சுற்றி இருக்கும் வயலை கோவில்வயல்னு எல்லோரும் அழைப்பாங்க.

கடல் போலே பரந்து கிடக்கிற குளத்தங்கரையில் நற்கடல்குடி கருபண்ணசுவாமி கோவில், அங்கே எங்கள் ஊர் காவல்தெய்வம் அரிவாளோடு காட்சியளிப்பார்.

கோயிலில் இருந்து பார்த்தாலே, கண்ணுக்கு எட்டிய தூரம் வயல்வெளி, கம்பும் அரிசியும் அறுவடைக்கு தயாராகும் முன்பான பச்சைப்பசேன்னு பார்க்கவே இதமாய் இருக்கும், புத்துயிர் பெற்ற பூங்காவாய் எப்போதும் சிரிச்சபடியே இருக்கும். தோப்பு வீட்டை சுற்றி தென்னையும் பனையும் ஆங்காங்கே சிறு

தானியம் பயிரிடப்பட்டு, வாய்க்கால் கரைகள் நடைப்பாதைக்காக புட்கள் முளைத்து சாயந்த குடைப்போல் வளைந்து வரவேற்கும்.

மெல்லிய ஈரக்காற்று மௌனமாய் தோலை உரசி புல்லரிக்கசெய்யும். ஊரே தனித்தீவாய் தெரியும் விழிகளுக்கு, என் அம்மா வருடத்துக்கு ஒரு முறை இந்த சூரியூர் கிராமத்துக்கு அழைத்து செல்வார்கள். ஏபரல் மாதம் பள்ளி பரிட்சையெல்லாம் முடிஞ்சாலே ஒரே கொண்டாட்டம். சொந்த ஊருக்கு தயாராக கிளம்பிடுவோம். இறுதிதேர்வின் கடைசிநாள் பரிட்சைக்காக காத்திருப்போம்.

ஏக்கத்தோடு எப்பத்தான் திரும்ப பார்ப்பமோ என்று தவிக்கும் மனசில் மாமன் பொண்ணு ரம்யாவும் அத்தை பொண்ணு அகிலாவும் வந்து போவார்கள்.

சின்ன வயசில் இருந்தே சிநேகிதகள், இருவரும் நாகரிகம் அறிந்த நட்புகள்.

நாங்கள் மூவரும் ஒரே வயதையொட்டியவர்கள், இரண்டு மூன்று மாதங்கள் தான் பிறப்பில் நான் மூத்தவன். ஒரே பள்ளியில் படித்தாலும் உறவினர்கள் என்பதை காட்டிகொள்ளாமல் பண்ணிரெண்டாம் வகுப்பு படிச்சு முடித்துவிட்டோம்.

அயல்நாட்டுக்கு போவதற்கெனவே படிக்கும் என் தங்கச்சியை பார்த்து பேச வருவது போலே வீட்டுக்கு வந்துவிட்டு, என்னையும் எப்போதாவது அண்ணார்ந்து பார்த்து ஏதாவது சொல்லி, கலாய்த்து விட்டுப்போவார்கள்.

ரம்யா வீட்டுக்கு வந்துட்டு போனாலே என் நண்பர்கள் ரமேஷ்சும் பாலாவும் பெரிசா பேசுவாங்க. முன்பின் முரணாய் பேசி எதையாவது சொல்லி அவ்வப்போது ஆப் பண்ணி வைப்பேன்.

இந்த சித்திரை திருவிழாவுக்கு எல்லோரும் வந்தாச்சு சரியான நேரத்துக்கு, ரம்யா மட்டும் வரவில்லை. ரம்யா வயக்காட்டுக்கு போயிருக்கா நீ போயி கூட்டிட்டுவானு என் மாமன் சொன்னதுமே, சரியென்று சொல்லிவிட்டு அவளை அழைத்து வர விரைந்தேன்.

நீர்போகும் வாய்க்காலில் கால்லை நனைத்து கொண்டிருந்தாள். குளத்து நீரில் வரும் சிறுமீன்கள் அவள் கால்லையும் கால்கொலுசையும் முத்தமிட்டு கொண்டிருந்தது... அவளை தேடி அவளருகே செல்லும் போது அவள் அழகில் அன்று தான் தடுமாறினேன். என்னடி ரம்யா என்ன பண்ற இங்கே, மாமா உன்னை அழைத்து வரச் சொன்னார் வா என்றேன்.

சரிடா வரேன் என்று எழும்போதே தடுமாறினாள், அவள் விழாமல் இடையையும் கையையும் பிடித்து கொண்டேன். வா போலாம் என்று அழைத்து கொண்டு கோவிலை நோக்கி கிளம்பினோம்.

என்னை பிடிச்சுருக்கா என்றாள் ரம்யா. உன்னை பிடிக்காமலா, ஊரில் இருக்கிற அத்தனை பேருக்கும் உன்னை பிடிக்கும் என்றேன். டேய் லுசு உனக்கு பிடிச்சிருக்கானு கேட்டா, ஊரில் இருக்குறவங்கள பத்தி பேசிகிட்டு இருக்கே... என்றாள்.

பிடிச்சிருக்கு பிடிச்சிருக்கு...வாடி சீக்கிரம்... என்று அழைத்து சென்றேன் அவளை. எனது

பதிலில் அவளுக்கு திருப்தி இல்லை என்று தோன்றியது. அப்படியே அன்றைய தினம் முடிந்துவிட்டது. திருவிழாக்கூட்டம் அதிகம் இருந்ததால் அன்று மறுபடியும் அவளிடம் பேச வாய்ப்பு கிடைக்கவில்லை.

அன்றிலிருந்து அந்த விடுமுறை முழுவதும், வாய்க்கால் வரப்புல எதிரே அவள் வரும்போதெல்லாம் மனசு வழுக்கி விழும். அப்படி விழவேண்டுமென்றே அடிக்கடி அவளுக்கு எதிரேயே செல்வேன். ஏதோ ஈரப்பு இருவருக்கும் வந்துவிட்டது. கண்ணுலேயே பேசுவோம். பேசும் வார்த்தைகளும் வரும் வெட்கத்தால் குறைந்துபோனது.

அப்படியே இந்த வருட சித்திரை திருவிழா கொண்டாடி முடிச்சுட்டு, வாழவந்த ஊருக்கு திரும்ப வந்துவிட்டோம்.

சில மாதங்கள் கடந்துபோனது, பின் ஒரு நாள், மாமன் பொண்ணு ரம்யா என்றோ என்னிடம் வாங்கி போன கதை புத்தகத்தின் நடுவே, சாமிபோட்டோ வைத்து அதன் பின் பக்கம் ஐ லவ் யூ மகேஷ் மாமானு என் பெயரை எழுதி வைத்துவிட்டாள்.

இது எப்படியோ என் மாமனின் கண்ணில் விழுந்து போக, அடுத்த மாசமே ரம்யாவுக்கு அவசர அவசரமாக மாப்பிள்ளை பார்க்க ஆரம்பிச்சுட்டாங்க. மாமாவுக்கு என்னாச்சு ஏன் இப்ப படிக்கிற பொண்ணுக்கு கல்யாணம் அவசரம், ஏன் இப்படியெல்லாம் பண்ணுறாருனு எங்க குடும்பத்தில் யாருக்கும் ஏதும் விளங்கவில்லை.

ஏதோ எங்களை பிடிக்கவிலலை என்பது மட்டும் கொஞ்சம் நல்லாவே புரிஞ்சுது.

அம்மாவிற்கு ரத்தம் சொந்தம் என்பதால் ரம்யாவை எனக்கு பேசி முடிக்க மனதில் கணக்கு போட்டு இருந்தார்கள் என் அம்மா. சில நேரம் அம்மாவும் அப்பாவிடம் இதை பற்றி பேசியதும் எனக்கு ஞாபகத்தில் உள்ளது.

அதைவிட எனக்கும் மாமன் பொண்ணை ரொம்ப பிடிக்கும். சுமாரான அழகு தான், குணத்தில் தங்கம். காதல்னா என்னேனு மட்டும் தெரியும், அதே சமயம் அதில் சிக்கியது கிடையாது, எந்த வாய்ப்புக்காகவும் காத்திருந்ததும் இல்லை.

அப்போது நான் கல்லூரி கடைசி வருடம் படித்து கொண்டு இருந்தேன். மாமன்கிட்ட ரம்யாவைப் பத்தி பேசும் சூழ்நிலை அமையவில்லை. அப்பாவும் எளிமையான அரசு வேலையில் இருந்தார். அம்மாவுக்கோ அவுங்க அண்ணன் மேல் வருத்தம் கண்டு, போனாபோகட்டும் உனக்கென்ன பொண்ணா கிடைக்காது என்று எனக்கு ஆறுதலோடு முடித்துவிட்டாரகள்.

அவர்கள் மேலான சின்ன கோபத்தில் ஏங்கும் என் மனதின் வருத்தம் யாருக்கும் பெரிதாக தெரியவில்லை.

மாமன் வீட்டுக்கு எதிரே இருக்கிற பெட்டிகடையில் தான் குளிர்பானம் குடிக்கும் வழக்கம். அப்படித்தான் ஒரு நாள் நண்பர்களோடு நானும் குளிர்பானம் குடித்து கொண்டிருந்தேன்.

வாசலில் நின்ற மாமா, நக்கல் பேச்சோடு என் பொண்ணை கட்டனும்னா கவர்மெண்ட் வேலையில இருக்கனும், இல்லை டாக்டராக இருக்கனும் என்று யார்கிட்டயோ சொல்வது போல் ஜாடை வார்த்தையில் என் காதில்

விழும்படி சத்தமாக பேசினார். எனக்கு அவர் தாய்மாமன் என்பதால் அவர் மேல் மிகுந்த அன்பு கலந்த மரியாதை வைத்திருந்தேன்.

மனிதர்கள் மனம் ஏனோ இப்படி மாறியது, என்னால் நிச்சயம் வென்று காட்டமுடியும், அதற்கு நேரம் தருவதில்லை. இன்னும் சில காலத்தில் நல்ல வேலையில் அமர்ந்து நல்ல வாழ்க்கை வாழமுடியும் என்பதை ஏன் யாரும் புரிந்து கொள்ளவில்லை என்று வருத்தம் என்னை ஆட்டிப்படைத்தது.

நான் சாதாரண குடும்பத்தில் பிறந்ததால் டாக்டர் ஆகுறது என்பது முடியாத ஒன்று அப்போது. எனக்கும் டாக்டர் ஆகும் அந்த எண்ணம் சிறுவயதில் இருந்தே உதிக்கவேவில்லை.

அழவும் முடியலை யாரிடமும் சொல்லவும் முடியலை. காதல் அதுவரைக்கும் வரவில்லை. நான் தோற்றுவிட்டேன் என்பதை மனதளவில் ஏற்றுக்கொண்டேன்.

ரம்யாவுக்கு திருமணமும் நிச்சயமாகிவிட்டது. அவளுக்கும் அவள் அப்பா விருப்பபடியே கவர்மெண்ட் மாப்பிள்ளை கிடைத்தார்.

என்னிடம் திருமண அழைப்பிதழை ரம்யாவே கொண்டு வந்து கொடுத்தாள்.

மாமா உங்களுக்கு மனசே இல்லை என்றாள், என்னை இன்னொருத்தனுக்கு தாரவார்க்க நீங்க தயார் ஆகிட்டிங்களா என்றாள்.

ஏற்கனவே சவப்பெட்டியில் கிடந்த பிணம் போல் இருந்தவனுக்கு வலியாய் எடுக்கபோகிறது என்பது போல் அவள்

கேட்டுவிட்டாள். நெரிஞ்சி முள்ளில் இதயம் சிக்கிய வேதனைய குறிஞ்சி மலரிடம் சொல்ல முடியாமல் தொண்டை தடுமாறியது.

காதல் இருந்தாலும் காட்டிக்காமல், இருவரும் கண்ணீரோடு தலையாட்டி விட்டு எதும் பேசாமலே அன்று பிரிந்தோம். சின்னசின்ன ஊடலிலும் அவளை அழ வைத்தது இல்லை. ஆனால் கடைசியாய் கலங்கிய கண்ணீரின் வலி புரிந்தது ஏதோ மனதுக்குள் பேரிடர் வலி என்னும் பூகம்ப சித்ரவதை உணர்ந்தேன். பழதடைந்து தரையில் கிடக்கும் பைக்கை போலே பயன்படாமலே இருட்டு அறையிலே விழப்போகும் வாழ்க்கை என்னை பயமுறுத்தியது.

பல ஜென்மம் ஆனாலும் அவள் கண்ணீருக்கு பதில் சொல்ல வேண்டிருக்கும் கடவுளிடம். தோற்ற வலியை நான் சுமக்க தயாராக இல்லை. மீண்டும் வெற்றி காண முயற்சிக்க முடிவு செய்தேன்.

சில நாட்களிலே ரம்யாவுக்கு திருமணம் முடிந்துவிட்டது. கோயம்புத்தூரில் செட்டிலாகிவிட்டாள். அவளை விட்டு கொடுத்தது மனதை உறுத்திக்கொண்டே இருந்தாலும், அவள் நினைவு மட்டும் மனதைவிட்டு அகலவில்லை.

அவள் அவசர திருமணத்திற்கு பின், நானும் தஞ்சாவூர் இன்ஜினியரிங் கல்லூரில் இன்ஜினியரிங் படிப்பை முடித்துவிட்டு மூன்றாம் நாளே வேலைக்கு சேர்ந்துவிட்டேன்.

தனியார் பஸ்ஸில் தினமும் வேலைக்கு சென்று வரவேண்டும். ஆறுமாதம் அப்படியே போனது. அவள் விட்டுப்போன சோகம் கொஞ்சம்

விலகிவிட்டது போல் காலம் வேகமாய் ஓடியது. அதுவரை கடவுள் என்ன நினனத்தாறோ தெரியவில்லை.

அடுத்த ஆட்டத்தை தொடங்கிவிட்டார் என்பது அப்போது தெரியாது எனக்கு.

தலையை தொங்கப்போட்டு உற்சாகம் இல்லாத ஒரு தலை ராகம் பட கதாநாயகன் போல் பரட்டை முடியும் சவரம் செய்யாத தாடியோடும் ஊருக்குள் திரிந்தேன். என்னைப் பார்த்து பல பேர் அது தான் பேஷன் என்று அப்படியே நிறைய பேர் என்னை மாதிரியே திரிஞ்சார்கள்.

அதுல ஒருத்தன் தான் கணேஷ், புது சிநேகிதன். அவன் வேதா என்ற பொண்ணை ஒன் சைடா லவ் பண்ணிகிட்டு இருந்தான். காதலை சொல்ல தைரியம் இல்லாதவன்.

எங்கள் ஏரியா மில்ட்ரிமேன் பொண்ணு தான் அந்த வேதா, நான் பயணிக்கும் அதே பஸ்சில் தான் வருவாள் கல்லூரிக்கு செல்வதற்கு, அப்போது அவள் காலேஜ் முதல் வருடம் படித்து கொண்டிருந்தாள். ஏற்கனவே அவள் எனக்கு கொஞ்சம் அறிமுகமானவள். நிறைய பேசியது கிடையாது. ஒரே தெருவில் தான் இருவரின் வீடும்.

வேதானு பெயரை சொன்னாலே ஏரியா பசங்க மனசெல்லாம் எகிரும். அவளுக்காக இளவட்ட பசங்க எல்லாம் கோதாவுல கூட இறங்குவாங்க. விட்டா இளவட்டக்கல்லையும் தூக்குவாங்க அவளுக்காக. இவள் கொஞ்சம் உலகழகி இல்ல கொஞ்சம் பிரபஞ்ச பேரழகினு கூடச் சொல்லலாம். இவள் சிகப்பு கிளியோபாட்ரா.

சைக்கிள்ளையும் இரண்டு சக்கர பெட்ரோல் பைக்கையும் வச்சுக்கிட்டு இவள் பின்னாலயே சுத்துவாங்க ஏரியா வாலிப பசங்க காலி பசங்க எல்லாம். அவளை பார்த்தா அந்த காலத்து கண்ணழகி மீனா மாதிரியே இருப்பாள்.

ஆனால் அவள் குணத்தில் அக்மார்க சொர்க்க தங்கம். மாடல் டிரஸ் எலலாம் அவ்ளோ நல்லா இருக்கும். டிரஸ்க்காக பெத்தாங்களா இல்லை அவள நிக்கவச்சு டிரஸ் தைச்சாங்கலானு தெரியாது. அம்புட்டு மேட்சிங்கா இருக்கும். இறைவனின் அற்புதமான படைப்பு அவள்.

படிப்பை தவிர வேறு எந்த சிந்தனையும் இல்லாமல் இருப்பாள். அவள் யாருக்காக பிறந்தாள் என்ற ஆராய்ச்சியில் ஆண்களுக்கும் பெண்களுக்கும் பட்டிமன்றமே நடக்கும்.

அப்படியே சில மாதம் ஒரே பஸ்சில் பயணித்ததால் சிறுபுன்னகையை பரிமாறிக்கொள்ளும் அளவுக்கு இருவருக்கும் புரிதல் வந்தது.

ஒரு நாள் பஸ்டே (Bus day) கொண்டாடனும் என்று, சகபயணிகளான அவள் கல்லூரி தோழிகள் மற்றும் என் நண்பர்கள் எல்லாம் விரும்பினாங்க. ஒரே பஸ்சில் பயணம் செய்வதால் கண்டக்டர் ஓட்டுனர் எல்லாம் நல்லா பழக்கம் எனக்கு. நான் சீனியர் பயணி. தனியார் பேருந்து என்பதால் நட்புக்கும் காதலுக்கும் மிகவும் வசதியாக போனது.

நினைத்தது போல் ஒருவழியாக பிப்ரவரி 14ம் தேதி காதலர் தினம் அன்னைக்கு பஸ்டே கொண்டாடலாம்னு, இளசும் பெரிசும் எல்லாம் சேர்ந்து முடிவு செய்தோம்.

இதுக்கு நடுவுல என்னை ஒருத்தன், அதான் ஒன் சைடு காதல் மன்னன் கணேஷ், வேதாவுக்கு காதல் விடு தூது போ மாப்பிள்ளைனு என்னிடம் உதவி கேட்டான்.

சற்று யோசித்து விட்டு, சரி வராது மச்சான் என்றேன். ஏற்கனவே நமக்கு கிரிட்டிங் கார்டுலில் வாழ்க்கையே பேச்சு என்று மனதில் நினைத்து கொண்டு.. மறுபடியும் முடியாது என்றேன். அவனும் கொஞ்சம் பிலிஸ் பிலிஸ்டா என்று கெஞ்சினான். என் உயிர் நண்பர்கள் ரமேஷ்ம் பாலாவும் அவனுக்கு உதவிசெய்ய பரிந்துரைத்தார்கள்.

வேறு வழியில்லாமல் என்னால் முடிந்த உதவி செய்றேனு ஒத்துக்கிட்டேன். மிலிட்டரிமேன் ஏற்கனவே நீளமான துப்பாக்கி வச்சு இருக்கானு ஊருக்கே தெரியும்.

நாளைக்கு வேதாக்கிட்ட நண்பனோட காதலை எப்படி சொல்வதுனு அலசி ஆராய்ந்துகிட்டு இருக்கும் அந்த நாள் மாலைவேளையில், தெரு நண்பர்கள் எல்லாம் கிரிக்கெட் விளையாட அழைத்தார்கள். கிரிக்கெட் மைதானம் கலைக்கட்டியது.

ஞாயிற்றுக்கிழமை மாலைநேரம் என்பதால் தெருவில் இருக்கும் சிறியவர் முதல் பெரியவர்கள் வரை எல்லோரும் கூடி நின்று எங்கள் விளையாட்டை பார்த்து ரசிக்க காத்திருந்தார்கள்.

கிரிக்கெட்டுனா, நான் தான் முதல் ஓவர் பந்து வீசுவேன். நல்ல பவுலர்னு நாலு பேரு சொல்லிகிட்டு திரிவானுங்க, என்னை

விட மோசமா பவுலிங் போடுறவங்க தான் அப்படிச்சொல்லி ஊரில் என்னை கிரிக்கெட் பிளையரா உருவாக்கிவிட்டாங்க.

பேட்டிங்கில் சிக்சர் மழையா நிச்சயம் பொழியும் (அம்மா சத்தியமா நம்புங்க). கடைசி பால் வரைக்கும் திரில்லில்லே மேட்ச் போகும். எந்த பந்தானாலும் இறங்கி அடிப்பேன். ஸ்பின் பால் போட்டா ஸ்பெஷல்லா அடிப்பேன்.

கிரிக்கெட்டினால் தான் நான் ஊருக்குள் இருக்கிறதே தெரியும். அன்று எனக்கான என் டவுன் பேட்டிங் வந்தது (எப்பயாவது தான் பேட்டிங் கிடைக்கும்). எனக்கு எதிரணியில் இருந்து ஜெட் வேகத்தில் பந்து வீச தயார் ஆனான் ஒரு வேற்றுகிரகவாசி. எனக்கு வேண்டாதவனை அப்படித்தான் சொல்வேன்.

அதே நேரம் ஏதேச்சையாக மைதானத்திற்கு வெளியே உள்ள தன் வீட்டு மாடியில் தண்ணீர் தொட்டியை கழுவி சுத்தம் செய்ய ஆய்தமானாள்

வேதா. கடைசி ஓவர் என்பதால் பந்துமேல் காட்டமாய் இருந்தேன். வீசிய பந்தை தூக்கி அடித்தேன். வாயுதேவன் என்ன நினைத்தான் என்று தெரியவில்லை, அடித்த பந்து வேதா வீட்டு மொட்டைமாடி தண்ணீர்தொட்டியில் விழுந்தது, விழந்ததுமே எகிறி சிதறிய எல்லா நீர்த்துளியும் வேதாவின் முகத்தில் முகப்பருப் போல் தெளித்து நனைத்து விட்டது அவளை. நல்லவேளை அவள் மேக்கப் போடப்மாட்டாள்.

வேதாவின் அப்பன் மில்ட்ரிமேன் என்பதால் வீட்டில் நான் அடித்த பந்தை வாங்க ஒருத்தனுக்கு தைரியம் இல்லை.

மில்ட்ரிமேனுக்கு என்மேல் கொஞ்சம் மரியாதை உண்டு, ஏற்கனவே ஒரு நாள் இரவில் வேதாவின் அம்மா உடல் நலம் சரியில்லாத போது நான் தான் ஆஸ்பத்திரிக்கு அழைத்து சென்றேன்.

நீ தானே பந்தை அடிச்சே, போய் வாங்கிட்டு வாடா மகேஷ் என்றார்கள். துப்பாக்கி பயத்தில் துப்பாக்கி படம் கூட நான் பார்த்ததில்லை.

பயத்தோடு தட்டுதடுமாறி வேதாவின் வாசலுக்கு சென்றேன். நான் அவள் வீட்டு காலிங்பெல்லை அடித்ததும், மாடியில் இருந்து முழுவதுமாய் மழையில் நனைந்தவளாய் என் முன்னே வந்து நின்றாள். தலையை கோதி கொண்டே பந்தை தா வேதா என்றேன்.

பதற்றமே இல்லாமல் பந்தை என் கையில் கொடுத்துவிட்டு, நீங்க நல்லா கிரிக்கெட் விளையாடுறிங்க. தினமும் நீங்க விளையாடுவதை எங்க வீட்டு மாடியில் இருந்து ரசிப்பேன் என்றாள்.

ஏற்கனவே உங்கள் தங்கச்சி ஸ்நேகாகிட்ட உங்கள் மேல இருக்கும் என் விருப்பத்தை சொல்லிவிடடேன். நீங்க பதில் ஒன்றும் சொல்லவே இல்லை. ஏன் என்னை பிடிக்கலையா?

உங்களுக்கு ஞாபகம் இருக்கா, அன்னைக்கு அம்மாவுக்கு உடம்பு சரியில்லாதப்போ நீங்கள் ஒருத்தர் தான் ஒடிவந்து உதவி செஞ்சிங்க. அன்றையில் இருந்தே உங்களை பஸ்சில் கவனிச்சுகிட்டு தான் இருக்கேன். உங்களை எனக்கு ரொம்ப பிடிக்கும் என்றாள்.

என்னை பார்த்தா நிமிர்ந்து பேசவே மாடேங்கிறிங்க, இன்னைக்கு உங்ககிட்ட பேசுவதற்கு நீங்களே வாயப்பு ஏற்படுத்தி கொடுத்திருங்கிங்க. மனசுல இருக்குறத நேரடியா சொல்றேன், உங்களை ரொம்ப பிடிச்சிருக்கு, காலம்பூரா உங்க கூடவே இருக்கனும், ஐ லவ் யூ மகேஷ் என்றாள். நான் கிளின் போல்டு. அவளிடம் என் ஆட்டம் முடிந்தது.

என் மனசு முழுவதையும் இனமறியாத மழையில் நனைந்துவிட்டாள். சின்ன வயசில் இருந்தே என் மேல கண்ணுவச்சு இருப்பாளோ புரியவில்லை.

புரியாத ஒரு காதல் புதரில் விழுந்தும், புத்துயிர் பெற்றது மனம். ஆண்டவன் நம்மை அப்படியே விடுவதில்லை. கடினமான காயத்திற்கும் மருந்து ஒன்று இருப்பதாய் அவள் உணர வைத்தாள்.

ஏன் என் தங்கை என்னிடம் வேதாவின் காதலைப்பற்றி பேசவில்லை என்ற கேள்வி எழுந்தது என்னுள், ஏற்கனவே மாமன் பொண்ணை இழந்த வருத்தத்தில் அண்ணன் இருப்பான். **இன்னொரு காதல் இவனுக்கு வேண்டாம் என்று விட்டு இருக்கலாம் என்று தோன்றியது**. இதுவரை நான் இதைப்பற்றி தங்கையிடம் கேட்கவில்லை. தங்கைப்பற்றி நன்றாக தெரியும் அண்ணன் நலனுக்காக தான் செய்திருப்பாள் என்று மட்டும் புரிந்தது.

நாளை நண்பனுக்காக பேசுவதை இன்றே இவளிடம் பேசியிருந்தால் என்னாயிருக்கும். அப்போது தோன்றியது, ஒன்னே ஒன்னு தான்,

இன்னும் இந்த பாவப்பட்டவனுக்கு இன்னொரு வாழ்க்கை இருக்குன்னு. பாவம் உதவி கேட்டவன் என்னை கொல்லாமல் விடமாட்டான்.

அவளுக்காக வாங்கிய நண்பனின் வாழ்த்துமடலில் என் பெயரை எழுதினேன். தெரிந்தோ தெரியாமலோ காதலர் தினத்தில் இருந்து அவள் காதலில் விழுந்தேன்.

காதலில் தோற்றுவிட்டு அப்படியே இருந்திடாதேனு எனக்கு நல்லபாடம் நடத்திவிட்டுப்போனாள். இன்னைக்கு வரைக்கும் மில்ட்ரிமேன் மாமனை எப்படி எதிர்க்கொள்ள போகிறேன்னு தெரியாமல் உட்கார்ந்து இருக்கேன் அப்பாவி இந்தியனாய். இன்றைக்கு எங்கள் இருவரின் காதல் துப்பாக்கியை விட பலமான ஆயுதமென்று புரிய வைக்கப்போகிறேன்.

மெல்லமெல்ல அத்தனை கடவுளையும் வேண்டி கொண்டு வேதாவின் வீட்டு வாசலை நோக்கி புறப்பட்டேன். அங்கே வாசலில் காத்திருந்தது துப்பாக்கி ஏந்தாத மிலிட்டரிமேன் மாமா, பயத்தோடு அவரை நெருங்கும்போதே, மிலிட்டரி மாமன் பின் ஒளிந்து விளையாடும் வளர்பிறை நிலவாய் கொஞ்சம் கொஞ்சமாக வேதாவின் முகம் என் கண்ணில் விழு ஆரம்பித்தது, எனக்கு புரிந்தது அவள் ஏற்கனவே இந்த காதலுக்கு தன் அப்பாவிடம் சம்மதம் வாங்கிவிட்டாள் என்று...

இந்த சூரியனோடு தோள்சாயும் நிலவின் புன்னகையில் அங்கேயே நிச்சயிக்கப்பட்டது எங்கள் திருமணம். எனக்குள்ளும் வாகை சூடும் காதல் வருமென யாரும் எதிர்பார்க்கவில்லை. நானும் தான்.

நல்லவேளை இதுவரைக்கும் உதவிகேட்டவன் என்னை பார்க்க வரவேயில்லை. அவனுக்கும் இன்னொரு காதல் பூத்திருக்குமோ...?

*******முற்றும்******

3

இரும்புபெட்டியில் இதயம்

வாழ்க்கை எந்த நிமிடத்திலும் மாறும் என்று அந்த நிமிடம் வரை நினைக்கவில்லை. ஏன் அந்த போன் கால் மூன்று நிமிடத்திற்கு முன் வந்தது. இதுவரை நான் ஏதும் செய்யவில்லை. பிறகு எப்படி இது நடந்தது.

மூன்று நிமிடத்திற்கு முன் என்னோடு நீ இருந்திருக்கலாம்.

ஏன் என் புத்தகத்தை டைரியையும் எடுத்து படிக்கிறாய். அதில் குறிப்பும் கவிதையும்

உன் பெயரிட்டு எழுதியிருக்கிறேன்.

என் அம்மாவிற்கு உன்னை பற்றி தெரியாது.

நீ ஆசையாய் வாங்கிய நாய்குட்டியின் பெயரை எழுதி வைத்திருக்கிறேன்.

நீ சாப்பிட்டு போட்ட சாக்லெட் பேப்பரும் அலமாரி இடுக்கில் நிரப்பி வைத்திருக்கிறேன்.

எப்போதும் நீ அம்மாவை அத்தை என்றும், என் அப்பாவை மாமா என்று தான் அழைப்பாய். எனக்கு பிடிக்கும் என்று எத்தனையோ நாள் பாயாசம் செய்து தந்திருக்கிறாய்.

நீ சாய்காலம் ஆறு மணிக்கு பின் என் வீட்டு பக்கம் வரமாட்டாய்யே, நீ உன் பிறந்த நாளிற்கு புது டிரஸ் போடும்போது மட்டும் தான் வந்திருக்கிறாய்.

உனக்கு பிடித்த கவிதையும் டைரியில் குறிப்பெடுத்து வைத்திருக்கிறேன்.

கன்னக்குழியை பள்ளாங்குழி என்று நினைக்காதே அதுவே உனக்கு சவக்குழியாய் மாறிவிடும் என்ற வைரமுத்து கவிதை அது. உனக்கு கன்னத்துல குழி விழும் என்ற ஒரே காரணத்துக்காவே உனக்கு அந்த கவிதை பிடிக்கும்.

எனக்கும் வைரமுத்து அய்யா அவர்களின் கவிதை தான் பிடிக்கும், **உன்னோடு இருந்த ஒவ்வொரு நிமிடமும் மரணப்படுக்கையிலும் மறக்காது கண்மணி...** என்ற வரிக்கு மட்டுமே அவருக்கு கோடி ரூபாய் வரி கட்டலாம் என்று உன்னிடமும் சில மேடையிலும் கவிதை வாசித்து இருக்கிறேன்.

எப்போதாவது நேரம் கிடைத்தால் சமையல் ரூம் பக்கம் போ, அம்மா நிற்பார், என் இரும்பு பெட்டியின் சாவியை கேள்,

அதில் உனக்கு பிடித்த டெட்டி பியர் வாங்கி வைத்திருக்கிறேன்.

நீ நாடகத்தில் நடித்துப்பின் தூக்கி எறிந்த பூவும், காகித கத்தியும் பத்திரமாக எடுத்து வைத்திருக்கிறேன். நீ ஜான்சி ராணி வேடமிட்டது ஞாபகம் இருக்கிறது. அப்போது

எடுத்த போட்டோவும் உனக்கு தெரியாமலே உன் தோழியிடம் இருந்து வாங்கி வைத்திருக்கிறேன்.

ஸ்டிக்கர் பொட்டை நீ பார்த்தாலே பல்லகாண்பித்து சிரிப்பாய், அம்மன் கோவில் திருவிழா வரும்போதெல்லாம் ஆசை ஆசையாய் வாங்கி வைத்திருக்கிறேன்.

மண்டு..மண்டு..என்று நீ தமிழ் டியூஷன் படிக்கும் போது உன்னை தமிழ் ஆசிரியர் தலையில் கொட்டியதையும் குறிப்பு எடுத்து வைத்திருக்கிறேன்.

நீ திமிறா பேசும் போது கோபம் வரும், ஆனால் நீ பாவமாய் முகத்தை மாற்றும் போது இரக்கப்பட்டு விட்டுவேன்.

என் அப்பா இருக்காறே அப்பா, அவர் எப்ப பார்த்தாலும் உன்னை வாம்மா மருமகளே என்று ஆசையாய் அழைப்பாரு.

காதலுக்கு எத்தனையோ முறை உன் பிரண்டை தூது விட்டிருக்கிறேன்.ஆனால் ஒரு தடவை கூட நீ பதில் கூறவே இல்லை.

மௌனமாய் போய்விடுவாய், மௌனம் சம்மதம் என்று நினைத்து சந்தோஷ பட்டிருக்கிறேன்.

என் பிரண்டை பார்த்தா முறைப்பாய், என்னை பார்த்தா சிரிப்பாய். அப்ப... எவ்வளவு ஜாலியாக இருக்கும் தெரியுமா.

இன்னும் நீ புளிப்பு முட்டாய்யை ஒழித்து வைத்து சாப்பிடுவதை எத்தனையோ தடவை பார்த்திருக்கிறேன். பாப்பின்ஸ் பாக்கெட்

கவரும் நாலைந்து அந்த இரும்பு பொட்டியில் வைத்திருக்கிறேன்.

நீ அரைகுறையா ஹிந்தி கத்துக்கிட்டு, கியா கியானு கத்திக்கிட்டு இருப்ப,

நீ சொல்லுறது எல்லாம் தப்புனு தெரிந்தாலும் அமைதியாய் நீ பேசுற அழகை ரசித்துவிட்டு போயிருவேன். என் பிரண்டு எவனாது நீ பேசுறது தப்புன்னு சொன்னா, சப்புன்னு அறைவிட்டு இருக்கேன்.

தீபாவளி ராத்திரி ஆனா உங்க அம்மா, முறுக்கு சுடுறதும், நீ கருக்குமுறுக்கு என்று கடிச்சு பேசுறதும் எத்தனையோ தடவை சுவற்றை தாண்டி கேட்டிருக்கு.

உன் தம்பி ஏதாவது தப்பு பண்ணுனா அவனை நீ பந்தாடுவ, நீ ஏதாவது தப்பு பண்ணுனா பவ்வியமா பச்ச பிள்ளை மாதிரி உட்கார்ந்து கொள்வாய்.

மழை வந்தா நான் வீட்டுக்குள்ளே வந்துடுவேன். மழைவருதுன்னு தெரிஞ்சாவே வாசலில் நின்று நீ மயிலு மாதிரி ஆடுவாய்.

மார்கழி குளிரையும் நீ கண்டுக்காமல் கோலம்போடுவ, தெருவே நின்னு வேடிக்கை பார்க்கும், நல்லா இருக்குனு சொன்ன எங்க அம்மாவை எத்தனையோ தடவை கட்டிப்பிடிச்சு முத்தம் கொடுத்து இருக்காய்.

நீ உருட்டி விளையான்ட தாயக்கட்டை ஒன்னு உன் வீட்டில் இருக்காது. பலமுறை நீ தேடிபார்த்தும் கிடைக்கலை, எனக்கு மட்டும்

தான் தெரியும் அது என் இரும்பு பெட்டியில் இருக்குனு.

கோவில் சுவற்றிலும், பழைய நோட்புக்கிலும் உன் பெயரையும் என் பெயரையும் சேர்த்து எழதி வைத்திருக்கிறேன்.

வாரம் இருமுறை கோவிலுக்கு போவாய், நீ தனியா போறேனு துணைக்கு ஒரு முறை பின்னாலே வந்திருக்கிறேன். உனக்கு உயரம் பத்தலைனு கோவில் உண்டியலில் போட சொல்லி ஒரு ரூபாய் காசு கொடுத்தாய் என்னிடம். நான் வைத்திருந்த காசை உன்முன்னே போட்டு விட்டு, எடுத்து வந்துவிட்டேன் நீ கொடுத்த காசை. அது மட்டும் என் தலையணைக்கு கீழே இருக்கும்.

களவானி உன் முறைபையன் வரை வரைக்கும் நீதான் என் மணப்பொண்ணுனு நினைச்சேன். சத்தம்மே இல்லாமல் நீ நிச்சயதார்த்தம் செய்துவிட்டாய். இப்போ மட்டும் வீட்டிருக்கு வந்து இரக்கத்தோடு ஏன் அழுகிறாய் எனக்காக.

இரும்பு பெட்டிக்குள் தான் என் இதயம் இருக்குகிறது. அதை எங்கோயோ ஆத்திலோ குளத்திலோ தூக்கி எறிந்துவிடு.

நீ மட்டும் மூனு நிமிசத்துக்கு முன்னாடி என்னை பிடிக்கலைனு சொல்லாமல் இருந்திருந்தால் இந்நேரம் உயிரோடு இருந்திருப்பேன்.

என் அம்மாகிட்ட மட்டும் சொல்லு, தலையனைக்கு கீழே இருக்கும் ஒரு ரூபாய் காயிண்னை எடுத்து என் நெற்றியில் வைக்க

சொல்லு. என் வீட்டு வாசலில் நீண்ட நேரம் காத்திருக்க முடியாது, நான் வருகிறேன்.

*******முற்றும்******

4

அன்பிற்கினியவள்

கொதிக்கும் சூரியனையே குளிர வைக்கும் பார்வை, கண்ணில் ஒரு இரக்ககுணம் தெரியும். இவள் நீண்ட கார் கூந்தலில் ஒளிந்துக்கொள்ள கார்மேகம் விரும்பும். புயலையும் சலவை செய்யும் மெல்லிய வார்த்தை உடையவள். அன்பிற்கினியவள் அவள் பெயர் மாதவி.

அவள் ஆசை சிரிப்பை ரசிக்கவே தெருவே திண்ணை வீட்டை தேடும்.

ஊருக்கே கதை சொல்வாள். தினமும் அவளுக்கு பூக்களை பறித்து கட்டி தர போட்டிபோட்டு கொண்டிருப்பார்கள், சிறுமிகளும் பெண்களும். இவள் சின்ன சின்ன வார்த்தைகளும் திருக்குறள் போல் ஆராய வைத்துவிடும் அழகிய பதுமை. ஜவுளிக்கடை பொம்மைக்கூட இவளை நிற்க வைத்து தான் செதுக்கினார்கள் போல் தோன்றும்.

உயரப் படித்தவள். எளிமையாய் பழகுவாள். பள்ளியில் பாரதி வேடவிட்டவள். பாஞ்சாலி சப்தம் எடுத்தவள. சில மாதங்களுக்கு முன் தான் திருமணம் செய்து கொண்டாள் திரிலோசனை.

மாதவியின் கணவன் திரிலோசனும் விருமாண்ணும் பள்ளி வரை ஒன்றாய் படித்த நண்பர்கள். பிறகு வெவ்வேறு கல்லூரியில் தனித்தனியாக பட்டப்படிப்பு படித்து முடித்தார்கள். இருவருமே உறவுக்காரர்கள். ஆனால் மாதவிற்கு திரிலோசன் திருமணத்திற்கு முன்பே மாமன் முறை வரும் உறவு. கல்லூரியில் பயிலும் காலத்தில் விருமாண் மாதவியை துரத்தி துரத்தி இவளை காதலித்து, பிறகு வெறுத்து போய் வெளியூரில் வேலைக்கு போய்விட்டான்.

கல்லூரி படிக்கும் காலத்தில் உணர்வுகளை வெளிக்காட்ட இயலாத ஊமை பொம்மை போல் கடந்து செல்வாள். ஆண்களை நிமிர்ந்து பார்க்காமல் கொல்வாள். பின்னால் சுற்றியவர்கள் எண்ணிக்கை இவளுக்கு தெரியாது. இவன் பெயர் விருமாண் என்று கூடத்தெரியாதவளாய் படிப்பை முடித்துவிட்டாள், ஆனால் யாரோ இவன் கொஞ்சம் பின்னால் சுற்றுகிறான் என்பதை மட்டும் உணர்ந்து கொண்டாள்.

குடும்ப சூழ்நிலை தான் காரணம். படித்து வேலைக்கு போவதே இலட்சிய பயணமாய் வைத்திருந்தாள். அவள் படிப்பில் படும் சுட்டி என்பதால் முதல் பெஞ்சில் உட்கார்ந்து இருப்பாள். கவிதை என்றாலும் சரி, கட்டுரை என்றாலும் சரி, ஆசிரியர்கள் இவள் பெயரை கேட்காமலே போட்டியில் சேர்த்துவிடுவார்கள். எழுத்துக்களின் ராணி.

எப்போதும் போல் கல்லூரிகளுக்கு நடுவே நடக்கும் மாவட்ட சார்பாக கதை மற்றும் கவிதை எழுதும் போட்டி தொடங்கியது.

கொடுக்கப்பட்ட தலைப்பு “வாழந்து காட்டுங்கள்”. மனிதர்களுக்கிடையே புரிதல் முக்கியம் என்பதை கவிதையாக எழுதி சமர்பித்தாள் மாதவி, திரிலோசன் அதே தலைப்பில் கட்டுரை சமர்பித்தான் வேறுவேறு கல்லூரி சார்பாக.

போட்டியின் வெற்றியாளரை அறிவிக்கும் நேரத்தில் கூட்டம் கூடியது. மாதவியை வெற்றியாளராய் அறிவித்துமே, அவளை மேடை ஏறி வாசிக்க சொன்னார்கள்....

“மேகம் விட்டு கொடுத்தால் தான் மழை வரும், பூமி விதைக்கு விட்டு கொடுத்தால் தான் செடி முளைக்கும், நீயும் நானும் விட்டு கொடுத்தால் தான் மனிதம் வளரும்” என்ற அவளது மொழியில் இவனது மூளையில் பித்தம் தெளித்தது போல் இருந்தது, கவிதையில் மயங்கியதை விட சொற்பொழிவில் சிக்கி கொண்டான்...

இன்று தான் முதன்முதலாய் இவளை பார்த்தான், இன்றுவரை இவள் தான் மாமன் மகளென அறிந்திருக்கவில்லை. ஆனால் அவள் பலத்த கைதட்டல் பின் மாதவி மேடைவிட்டு இறங்கும் முன்னே, திரிலோசன் என்று வெற்றியாளரை அறிவிக்கும் முன்னரே இவன் பெயரை உச்சரிக்க தொடங்கிவிட்டார்கள் கூட்டத்தினர். அவன் யாரென தேடியது இவள் விழி,

மேடையின் படிக்கட்டில் இறங்கும் போதே இவன் பெயர் அழைக்கப்பட, முதல்படியில் கால் வைக்கும் போதே ஒரு நிமிட பார்வை உரசலில் இருவரின் மனமும் கொஞ்சம் வழிவிட்டுகொண்டது.

மேடை இறங்கியதுமே தன் மாமாவிடம் பரிசையும் சான்றதழ்களையும் கொடுப்பதை கவனிக்கிறான். இவள் தான் நம் மாமா மகேந்திரன் மகள் மாதவி என்று புரிந்து கொண்டான்.

மாமா மட்டுமே என்றாவது தன் அம்மாவை பார்க்க வீட்டுக்கு வருவதால்,மாமாவை தெரிந்து வைத்திருத்தான் திரிலோசன்.

இவன் பரிசை பெற்றதும் காத்திருந்து வாழ்த்த நின்ற மாமாவை சந்தித்து ஆசிர்வாதம் வாங்கும் போது, மாமா அறிமுகப்படுத்தினார், இதுதான் என் பெரிய பொண்ணு மாதவி மாப்பிள்ளை என்றார். எழுத்தும் பேச்சும் கலந்தால் இசை கொண்டாட்டம் தானே. சலனமற்ற பார்வையில் சங்கீத நடனம் கற்றது இவர்களின் முதல் சந்திப்பு.

வீட்டு வேலை செய்யும் போதே, நேற்றிரவு கணவனோடு பகிர்ந்து கொண்ட இவர்கள் முதல் சந்திப்பை, நினைத்து தானாய் சிரித்து கொண்டாள்.

மாதவிக்கு பிள்ளை என்றால் கொள்ளை பிரியம். இன்னும் இருவரும் அதற்கு தயாராகவில்லை. ஏதோ சாதிக்க வேண்டும். பிறகு தான் குழந்தை என்ற உடன்பட்ட குறிக்கோள் இருவருக்கும்.

மருமகளாய் வந்ததில் இருந்தே மாமியாருக்கு இவள் இங்கே மகள் போல் இருந்தாள்.

(இன்று மாலை....)

சுருங்கிய கருமேகம் சுனாமி நீரைப் போல் மழையாய் கொட்டி கொண்டிருந்தது. நாளை

தொடங்கும் காட்டுகோவில் திருவிழா. கொட்டிய மழையில் பாதை வழிதெரியாமல் போனது, கோவில் சாமியை பார்க்க முடியுமா முடியாதா என்று தெரியாமல் தவிர்த்து கொண்டிருந்தது ஊரே.

இரவு நேரம் சூறை காற்றும் பின்வாங்கவில்லை. என்ன பிணக்கோ இறைவனுக்கு என்ற வருத்தம் கூடியது கூரைப்பட்டு புடவை கட்டி காத்திருந்த மாதவிக்கு. கணவன் திரிலோசன் இன்னும் வீடு திரும்பவில்லை என்ற பதட்டத்தில் காத்திருந்தாள். திரிலோசன் மாயாவரத்தில் நன்கு படித்து, சென்னையில் தனியாக தங்க வியாபாரம் செய்து வருகிறான். மனைவியென்றால் உயிரை விடுவான். பாசத்தில் பஞ்சவர்ண கிளிப்போல் பார்த்து கொண்டான். அப்புறமென்ன கணவனுக்காக இவள் ஏங்காமல் இருப்பாளா என்ன...

சில துளி கண்ணீரோடு காத்திருந்தவளை மாமியார் பார்வதியும் மாமுனார் நகுலனும் கொஞ்சம் ஆறுதல் சொல்லி கொண்டிருந்தார்கள்.... வந்துவிடுவான்... வந்துவிடுவான் என்று...

ஆந்தை அலறும் நேரம் வந்துவிட்டது, மறுமுனையில் இருந்து செல்போனில் சத்தம் இல்லையென வருந்தியமுகம் வாடிவிட்டது. சுற்றி ஆட்கள் இருந்தாலும் அனாதை போல் அழுதுகொண்டிருந்தாள்...

பலமுறை முயன்றும் திரிலோசனின் செல்போன் தொடர்பு எல்லைக்குள் அப்பால் இருப்பதாய் சொல்லி சொல்லியே கால்லை துண்டித்தது.

சரிம்மா நீ போய் உன் கணவன் ரூமில் இரு. நான் அவனை ஆபிசில் பார்த்து விட்டு வருகிறேன் என்று கிளம்பினார் நகுலன். இவள் அழுகையை பார்த்து விடாமல் பெய்த மழையும் கொஞ்சம் விட்டுகொடுக்க தொடங்கியது. **அழுத பெண் முகம் கண்டால் ஆண்டவனே இறங்கி விடமாட்டனா...**

கணவனின் பிஸினஸ் ரூம்மில் நுழைந்தவளுக்கு... தென்பட்டது **இரும்பு பெட்டியில் இதயம்** என்ற புத்தகம் ஒன்று அலமாரியின் ஓரத்தில் கீழே விழுவது போல் சாய்ந்து கிடந்தது...

சரியாக வைக்க நினைக்கும் போது தவறுதலாய் கீழே விழந்துவிட்டது.

அட்டைப்படத்தில் இதயமும் நடுவே அம்பும் சிறு ரத்தம் கசிவது போல் இருந்தது... புத்தகத்தை புரட்டிப் பார்க்க தோன்றியது.

வாசிக்க தொடங்கினால் வரிக்கு வரி காதலை சுமந்து சென்றது புத்தகத்தின் எழுத்துக்கள், உயிரை உருக்கும் படியான காதல் வரிகள். ரசித்து கொண்டே சென்றவளுக்கு அதிர்ச்சி ஊட்டும் கிளைமாக்ஸ் ஏற்றுக்கொள்ள முடியவில்லை. அழகிய அவள் முகம் அன்று தான் வாடியது. புத்தகத்தின் எழுத்தாளர் LGயை காரி துப்பினாள், . இப்படி எல்லாம்மா கதை எழுதுவாங்க என்று கதையாசிரியரை கரிந்து கொட்டினாள்....

போனமாதம் தான்போலிநகையையும்கடத்தல் நகையையும் இவனிடம் விற்க வந்தவர்கள் இருவரை போலிஸ்சில் பிடித்து கொடுத்தார்

கணவர். அதில் ஏதும் பிரச்சினையாச்சோ என்று தவிக்க தொடங்கினாள்.

இரவு பண்ணிரண்டு மணி, சட்டையில் மண் கறையோடு அவசரம் அவசரமாக நுழைகிறான் திரிலோசன் தன் வீட்டில்...

கண்ட மாதவிக்கு திக்கென்றானது, வெள்ளை சட்டை இப்போது கொஞ்சம் மண்கறையோடு கையில் சட்டை கிழிந்திருந்தது.

அவன் ஆபிஸ்சில் இருந்து கிளம்பும் முன் தான் தன் வக்கீலிடம் இருந்து தகவல் வந்தது, முழுதண்டனை பெறும் முன்னே அரசியல் செல்வாக்கை வைத்து குற்றவாளிகள் வெளியே வந்தவிட்டார்கள் என்று.

இப்போது தான் தகவல் தெரிந்தது இதற்கு பின்னால் இருப்பது தன் நண்பன் விருமாண் தான் என்றான்...மாதவி இவனிடம் கேட்கும் முன்னே...

தன் காதலியை தான் மணந்தால் என்னை போலிஸ்சிடம் சிக்க வைக்க இப்படி ஆளை ஏவி விட்டுள்ளான் என்றான் தன் அன்பிற்கினியவள் மாதவியிடம். யாருங்க அவன் என்றாள் இவள்... இவன் மனம் இளகியது...

என்ன சொல்வது என்ற தெரியாமல் தவித்துபோனான் சில நிமிடம். இவளுக்கு அவன் விரும்பியது தெரியாது என்பதை புரிந்துகொண்டான்.

அப்புறம் ஏங்க இவ்வளவு லேட்டா வந்தீங்க... எனும் போதே...வரும் வழியில் எழுத்தாளர் LG லிப்ட் கேட்டாரு. நானும் கொஞ்சம் தெரிஞ்ச

முகமுனு லிப்ட் கொடுத்தேன். வண்டியில் வரும்போதே கதைசொல்லுறேனு கண்ணுக்கு முன்னாடி கையை விட்டு பேசினாரு. மழை நீர் தேங்கியதால பாதாள சாக்கடை மூடி இல்லாததை பார்க்காமல், வண்டி முன்சக்கரம் அந்த பள்ளத்தில் சிக்கி கீழே விழந்தேன்டி... அதான் கையில் சின்ன காயம் எனறான் திரிலோசன்.

அய்யோ...வாங்க மருந்திடுகிறேன் என்று மருந்ததை எடுக்கும் போதே...

அவருக்கு என்னங்க ஆச்சு...

மயக்கத்தில் இருந்த அவரை இரும்பு பொட்டியில் போட்டு தூக்கிட்டு போனாங்க... இப்பத்தான் கொஞ்சம் முழிச்சு பார்த்தாரு. அவருக்கு வலது கை உடைஞ்சு போச்சு, ஹாஸ்பிட்டலில் விட்டுட்டு அப்புறம் தான் நான் கிளம்பி வந்தேன். நான் என் கையில் வெச்சு இருந்த போனை ஆபிசிலே மறந்து வச்சுட்டு வந்துட்டேன். அதான் உனக்கு கால்பண்ண முடியலைடி மாதவி என்றான் திரிலோசன்.

மௌனமாய் சிரித்தாள்... இப்படி கதை எழுதினால் கையில அடிப்படாமல் என்ன ஆகும் மனதுக்குள் சிரித்துகொண்டாள்..

கணவனின் பின் கையில் இருந்த சிராய்ப்பிற்கு மருந்திட்டாள் மாதவி... மருந்திடும் போதே அவன் அவள் கன்னத்தில் சிறு முத்தமிட இவள் மனவலி நீங்கியது.. நெஞ்ஜோரம் சாயந்துகொண்டாள், சிறு பூவாய் மலர்ந்தாள்.... மயங்கினான் அவள் காதலில் அவன் வலி மறந்து....இருவரும் மகிழ்ந்தார்கள்.

அன்பிற்கினியவளை அழவிடாதீர்கள், அவள் சாபம் உங்களையும் உங்கள் நட்புகளையும் ஒரு கைப்பார்த்து விடும்.

***** சுபமாய் முடிந்தது *****

5

அருகதையற்றவன்

(இந்த கதையை வாசிப்பவர்களே கதையின் நாயகனாக நினைத்து கொள்ளுங்கள்)

கூப்பிடும் தூரத்தில் கோவில் புறா, பொங்கும் அழகில் மயங்கியதில் நானும் ஒருவன் அனிரூத். அதுவொரு குளிர்காலம் நானும் குளிர் காய்ந்தேன்.

அன்று அறிமுகம் இல்லாத தென்றல் அட்ரஸ் மாறி வந்துவிட்டதோ என்ற குழப்பம்.

சரி விடு. மீண்டும் இன்னொரு முறை வரும்போது பார்த்து கொள்வோம் என்று நினைக்கும் போதே, தேவதை கூட்டத்தோடு படியேறினாள் பதற்றமில்லாமல்.

ஒரு நொடி மாடிப்படியை பார்த்து தயங்கிய எனக்கு, உன் தாய்ப்பாலில் உயிர் இருக்கிறது என்று நரம்பும் நல்லி எலும்பும் என்னை கிளம்பு கிளம்பு என்றது.

சட்டென்று கிளம்பினேன். திரும்பினாள் ஏதோ ஒரு பூதத்தின் பிம்பம் பின்னால் வருகிறது என்று நினைத்தாலோ என்னவோ. நேருக்கு நேர் மோதியது இருவரின் பார்வையும். மேல்

படியில் அவள் இரண்டு படி தள்ளி கீழே நான். நவக்கிரகங்களை நூறு சுற்று சுற்றிய களைப்பு எனது மூச்சில். பத்து படியேறி விட்டேன், ஆனால் இது தான் உனது வாழ்வின் முதல் படி என்ற எண்ணத்தை முத்திரை குத்திவிட்டாள்.

அவள் நெற்றி பொட்டில் இருந்து, கால் கொலுசு வரை அத்தனையும் அந்த நொடியில் படம் பிடித்துவிட்டது மனக்கேமராவும் கல்லாபெட்டியில் இருக்கும் பணத்தை அள்ளிப் பார்த்து போல்.

இனி இவள் அறிமுகம் கிடைக்கும் வரை இவளுக்கு திருமணம் நடக்ககூடாது என்று வேண்டிக் கொண்டே படியேறினேன் ஒவ்வொரு படியாய்.

அடுத்த முறை அவளை பார்க்கும் போது ஐ லவ் யூ சொல்லி விடுவேனோ என்ற பயத்தோடு சில நாட்கள் கடந்தது, அப்படியே காத்திருப்பும் பாதி வருடத்தை கடந்துவிட்டது. எதிர் பாராத நேரத்தில் என்னை கடந்து செல்வாள், வந்தும் கொல்வாள் வராமலும் கொல்வாள் என்றெல்லாம் நம்பினேன்.

மழை பொழியும் போதெல்லாம் அந்த நாள் ஞாபகம் நினைவெனும் அடிக்கல்லை நாட்டியது, ஈரத்தலை முடியை கோதிவிடும் தாயை போல், ஈரம் பூத்த மனதில் ஏக்கர் கணக்கில் இடம் பிடித்தவள். அறிமுக இல்லாதவளின் விலாசம் வேண்டும்... வேண்டும்.. என்ற தேடிய கொண்டேயிருந்தேன்.

அந்த நாளும் வந்தது...

எங்கள் அலுவலகம் மூன்றாம் மற்றும் ஐந்தாம் தளத்தில் அமைந்துள்ளது. முதல் தளம் தாண்டி கடக்கும் போதே யாருக்கோ காத்திருந்த வீரபாண்டி என் விசுவாசமான நண்பன், இப்போது தான் வரியா சித்ரா என்றான் எனது கருப்பு ஏஞ்சலை பார்த்து, ஆமாம் என்பதாய் அவளும் தலையாட்டினாள். வார்த்தை ஏதும் ஜொலிக்கவில்லை, மெல்லிய புன்னகையால் எங்களுக்கு போர்த்திவிட்டு, மெதுவாய் அடுத்த தளத்தை கடந்தாள்.

எனக்கோ சின்ன குயில் சித்ரா பாடல்கள் உதட்டில் ஓட்டிக்கொள்ள... சில்லென்ற ராகம் மனதில் ஓடியது

எனது தளம் ஐந்தாவது மாடியும் வந்துவிட்டது. ஒரு நாள் கூட இப்படி மூச்சிரைக்க மாடிப் படியேறியது இல்லை. தினமும் இவள் பின்னால் போனாலே உடல் பிட்டாகி விடுவோனோ என்றும் தோன்றியது.

நினைத்தது போலவே அவளும் எங்கள் தளத்திற்கே வந்தாள். இவள் புதுசாக எங்கள் கம்பெனியில் இன்று பணியில் சேர வந்திருக்கிறாள் என்று சிறிய அறிமுகம் தந்த நண்பனுக்கு நன்றி சிரிப்போடு சரிடா மச்சான் லன்ச்சில் (Lunch ல்) பார்க்கலாம் என்று சொல்லிவிட்டு எனது இருக்கையை நோக்கி கிளம்பினேன்.

காலை வந்ததுமே கடன்காரன் பாக்கியை வசூலிப்பது போல் ஒரு மீட்டிங். காலை வணக்கம் காபி எல்லாம் முடித்துவிட்டு, இறைவனை வணங்கி விட்டு, மெயில் இன்பாக்ஸ்சை

திறந்ததுமே நியூ ஜாயினியில் இவளது பெயரோடு புகைப்படம் கண்ணில் தென்பட்டது.

கரண்சி இல்லையென்று என்னை கழட்டிவிட்ட அத்தை பெண்ணின் பெயர் என்பதால் உதட்டில் எளிதில் ஒட்டிக்கொண்டது.

எனது தலையெழுத்து மாறப்போகிறது, காலையில் வீட்டை விட்டு கிளம்பும் போதே காலடி செருப்பும் அறுந்து ஐந்து நிமிடம் லேட்டானது இதற்கு தானோ? இறைவனின் பரிசு என்று மெச்சிக்கொண்டேன்.

இன்று காலையில் சிக்னலில் முந்தி சென்ற தேவதை இவள் தானோ என்ற கேள்வி வேறு மண்டையை குடைந்தது. தலைகவசம் அணிந்து இருந்தததால் அப்போதே அவள் முகத்தை பார்க்க இயலவில்லை. அவள் சுடிதாரின் மேலணிந்த துப்பட்டா தான் என்னை உரசிச்சென்றது. அவளும் அதை கவனித்தாக தெரியவில்லை. நானே என் கையால் நகர்த்திவிட்டு தான் அவளுக்கு பின்னால் நின்றேன். அடுத்த சிக்னலில் அவளை பிடித்துவிடலாம் எனும்போதே அவள் என்னை கடந்து வேகமாக வண்டியை ஓட்டிச்சென்று விட்டாள்.

மீண்டும் சந்திப்பேன் என்று மனதிற்குள் ஒரு லப் டப் மீட்டர் ஓடிக்கொண்டே இருந்தது.

தொலைத்த தேவதையை அரை மணி நேரத்திலே கண்டும் பிடித்துவிட்டேன்.

இன்று சுக்கிர திசை ஆரம்பித்து விட்டது போல், ஆஹா ஒஹோ என்று கடவுளுக்கு நன்றி நன்றி சொல்லிக் கொண்டே கடமையை செய்ய முயன்றேன்.

அவள் முகமும் புன்னகையும் மாறி மாறி கண்முன்னே வந்துநின்றது, அவளது பிம்பம் நடைபாதை எங்கும் இடைமறித்தது. அவள் குரலை கேட்க மனமே ஏங்கியது.

மாலை அம்மாவுக்கு நல்ல செய்தி கொண்டு சொல்வோம். என் கையில் பச்சை குத்திய பெயரில் ஒரு பெண் கிடைத்து விட்டாள், இதைவிட வேறென்ன வேண்டும்.

அடுத்த முகூர்த்தத்தில் எங்களுக்கு திருமண ஏற்பாடு செய்திடலாம் என்று எண்ணி கொண்டே இருக்கும் போதே...

முதுகிற்கு பின்னால் ஒரு ஆண் குரல்...

பெண் தேவதை என்று நினைத்திருந்த எனக்கு அதிர்ச்சி, அர்த்த நாதீஸ்வரர். அதே சித்ரா...சின்ன குயில் சித்ரா. என்னை களவாடிய கண்கள் பத்ரகாளியின் கண்ணல்ல, ஹையஹோ, அம்மாவிடம் எப்படி சொல்வேன். இந்த சமுதாயம் ஏற்று கொள்ளுமா? இவளை இரக்கப்பட்டு ஏற்று கொண்டால் என்னாகும் எனது வாழ்வு? ஒடுங்கி கிடந்த எங்களது குடும்பம் இப்போது தான் தலை நிமிர்ந்து கிடக்கிறது. கொஞ்சம் கொஞ்சமாய் உறவினர்கள் இப்போது தான் எங்களோடு ஒட்டி வருகிறார்கள்.

ஆரம்பித்த தினமே முடிந்து போனது காதல், அவளும் சலனமில்லாமல் இனிப்பை வழங்குகிறாள் வேலை கிடைத்த மகிழ்ச்சியை பகிர்ந்திட, நானோ வேதனையை யாரிடம் பகிர்வது, மூன்றாம் பாலினத்தோடு காதல் என்றால், அரை இன்ச் வாய்யெல்லாம் ஐம்பது இன்ச் நீண்டு பேசுமே...

அவள் ஊமையெனும் குறையோடு பிறந்திருக்க கூடாதா? அவளோடு பேசாமலே வாழ்ந்திருப்பேன். யாரிடம் சொல்ல, நான் அருகதையற்றவன் அவள் கரம்பிடிக்க...

பொருத்தமற்ற காதல் ஏன் பூமியில் பிறக்கிறதோ?, கடவுளே... அவளை ஊமை என்று சொல்லியாவது அம்மாவிடம் அறிமுகம் செய்துவிடவா...?

*******முற்றும்******

6

இரண்டாம் ஜென்மத்தின் பிறந்த நாள்

இந்த தடவை பார்க்கப்போற அந்த பொண்ணை உனக்கு நிச்சயம் பிடிக்கும். வலைப்போட்டு தேடி, ஜாதகம் எல்லாம் பார்த்தாச்சு, பிடிச்சா அடுத்த முகூர்த்தத்தில்லேயே கல்யாணம்... சரியா என்றார் அப்பா.

அம்மாவுக்கு பிடிச்சுருக்கா அப்பா என்றான் ஆதித்யா?

அம்மாவுக்கு பிடிச்சிருக்கும் போல, ஆனா பொண்ணு பார்க்கப்போற இடத்துல உங்க அம்மா உன் புகழ் பாடாமல் இருக்கனும்.

எங்க போனாலும் யார்கிட்ட பேசினாலும் உங்க அம்மா உன்னை பத்தியே பேசிகிட்டு இருப்பா.

(அப்பா மனசுக்குள்... கேக்குறவங்க அலுத்துபோக மாட்டாங்களா)

சரி... ரைட்டு பார்த்துக்கலாம் பா...

டேய்... என்னடா... பொண்ணு பார்க்கப்போறியா... இல்ல பீச்சுக்கு போறியா... என்ன இப்படி சலிப்பா பேசுற என்றார் அப்பா.

அது இல்லை பா... இந்த பொண்ணு இதோட நான் பார்க்கப்போற நாலாவது பொண்ணு... எனக்கு பிடிச்சிருந்தா கூட அம்மா அது வேணும்

இது வேணும்னு சொல்லி அப்படியே இழுத்துக்கிட்டு போறதுக்குள்ளளே அந்த பொண்ணுங்களுக்கு நல்ல மாப்பிள்ளை கிடைச்சுடும்.

அப்புறம் என்ன... நம்மகிட்ட அவங்க பொண்ணுகளுக்கு இப்ப கல்யாணம் பண்ணலைனு சொல்லுவாங்க....

ஒன்னு மிச்சம் பா... குடிக்கிற டீ காபிக்கு

இன்னும் எந்த வீட்லேயும் காசு குடுக்கல.

ஒருத்தர் வீட்டுக்கு போயிட்டு அதுவேணும் இதுவேணும்னு எப்படித்தான் கேட்கிறிங்களோ. ஏன்ப்பா, பொண்ணு வீட்டுல வரதட்சணை கேட்கிறிங்கனு புரியலை.

இந்த தடவை வரதட்சணை... தட்சனைனு அம்மா கேட்டுச்சு...அது கதையை அங்கேயே முடிச்சிறேன்.

டேய்... சத்தம் போட்டு பேசாதே அம்மா காதுல விழந்துட போகுது.

அப்பா... நான் பார்க்கப்போற கடைசி பொண்ணு இது தான்.

ஒரு கழுதையா இருந்தாலும் பரவாயில்லை கல்யாணம் பண்ணிக்கிறேன். ஆனால் பொண்ணு என்ன பிடிக்கலைனு சொன்னுச்சு நீங்க ரெண்டு பேரும் காலி.

அப்புறம் இந்த வீட்டுக்குள்ளே நுழையமாட்டேன் புரியுதா?

சரி சரி...அப்படியே நடந்துக்குறோம்.

(அம்மா வருகிறார் இவர்களை நோக்கி)

என்னப்பா நாளைக்கு பொண்ணு பார்க்க போலாமா? அப்பா சொல்லி இருப்பாரே? என்றாள் அம்மா.

ஊம்.. சொன்னாரு சொன்னாரு..

ஏன்டா சலிச்சுக்குற...

நீ வாயை வச்சுக்கிட்டு இருந்தா நம்ம பார்த்த முதல் பொண்ணே ஒகே... ஆகிருக்கும்.

உன் பையன் இன்ஜினியரிங் படிச்சுருக்கான், மாசம்

ஐம்பதாயிரம் ரூபாய் சம்பளம் வாங்குறானு பீதியை கிளப்பி விட்டு, சரினு சொல்ல வந்தவங்களையும் இந்த சம்பந்தம் ஒத்துவராதுனு சொல்ல வச்சுட்டிங்க.

அதுகூட பரவாயில்லை, தஞ்சாவூரில் பார்த்த அந்த பொண்ணுக்கு என்ன குறைச்சல், பொண்ணும் நல்லாத்தான் இருந்துச்சு, அந்த குடும்பமும் நல்ல குடும்பமா தெரிஞ்சுச்சு. ஒரளவு அவங்க நம்ம குடும்பத்துக்கு எல்லாம் சரி வருவதுமாதிரி தெரிஞ்ச்சு. அஞ்சு பவுனு அதிகமா கேட்டு அதையும்

காலிபண்ணிட்டிங்க.

மூணாவது பார்த்த பொண்ணு குடும்பம், நீங்க வாயை திறந்தவுடனே அவுங்க வாயை பிளந்துட்டாங்க. அப்பவே எனக்கு ரிசல்ட் தெரிஞ்சுருச்சு.

இனிமேலும் நம்ம பொண்ணு பார்க்க போனுமா?

என் பிரண்ட் சரவணனுக்கு பார்த்த முதல் பொண்ணே ஒகே ஆய்ருச்சு. என்னை விட அவன் சின்ன பையன் வேற.

இன்னொரு பிரண்ட் சுரேஷ், நாலு பொண்ணு பார்த்தான் ஒன்னும் சரி வரலனு வந்தான். அதுல ஒரு பொண்ண இவன் பிடிக்கலைனு சொல்லி... அந்த

பொண்ணு தற்கொலை செய்யுற அளவுக்கு போயிருச்சு.

நம்மலே சாதாரண குடும்பம், நம்ம அடுத்தவன் குடும்பத்தோட கோவணத்தை அவுக்கனும்னு ஏன் நினைக்கிறிங்க. நம்மள மாதிரி தான் அவங்களுக்கும் கஷ்டம் இருக்கும்.

சரி... இந்த தடவையாவது பார்க்குற பொண்ண பிடிக்குதுனு சொல்லிட்டாவது வாங்கம்மா. அதில்லாவது அந்த பொண்ணுக்கு கொஞ்சம் தன்னம்பிக்கையாவது வரும் இன்னொரு மாப்பிள்ளை கிடைப்பான் என்று.

இப்படி தன் மகன் ஆதித்யா சொன்னதும் தன் தவறை புரிந்து கொண்டாலும் அதை காட்டி கொள்ளாமல், சரி இனிமேல் இப்படி நடக்காது என்றாள் அம்மா.

(ஆதித்யாவின் அம்மாவும் அப்பாவும் தனியாக பேசிகொள்கிறார்கள்)

என்னங்க நம்ம பையன் இப்படி கோபமா பேசிப்புட்டான், நாளைக்கு பார்க்கப்போற பொண்ணு புடிக்கும்மாங்க இவனுக்கு.

அவனுக்கு பொண்ணு புடிச்சுரும், ஆனால் உனக்கு பிடிக்கனும்டி என்றார் அப்பா.

என்னங்க அவனை மாதிரியே பேசுறிங்க.

அதெல்லாம் ஒன்னு இல்ல... இந்த பொண்ணுதான் அவன் பார்க்கப்போற கடைசி பொண்ணுனு சொல்லிட்டான்.

அதனால் நீ ஒன்னும் குழப்பாத, கடவுள் விட்ட வழினு விட்டுவிடு. அவன் குணத்துக்குகேத்த பொண்ணு கிடைக்கும்.

இன்னொன்னு சொன்னான் எங்கிட்ட தனியா, உன் பக்கத்து வீட்டு பிரண்ட் அலமேலுவையும் ஏதும் வாயை திறக்ககூடாதுனு சொல்லிஇருக்கான்.

அவள் ஐடியாவை கேட்டா, அவளுக்கு கிடைச்ச வாயாடி மருமகள் போலத்தான் உனக்கும் கிடைக்கும்னு சொல்லியிருக்கான்.

அய்யோ அந்த மாதிரி வாயாடி பொண்ணு நம்ம பையனுக்கு வேணாங்க... என்றாள் ஆதித்யா அம்மா.

சரி... இப்ப போய் தூங்கு... நாளைக்கு பார்த்துக்கலாம் என்றார் அப்பா.

அப்பாவின் மனதுக்குள் ஓடியது... நம்ம பையனுக்கு நகை பணம் பொருள் மீதும் ஆசையில்லை. பொண்ணு மீதும் எந்த எதிர்பார்பும் இல்ல, எந்த பொண்ணா

இருந்தாலும் நல்லா வச்சுக்குவன், அப்புறம் ஏன் நம்ம பாட்டுக்கு குழப்பிகிட்டு இருக்கனும் என்று நினைத்தவாறே உறங்கிவிட்டார் படுக்கையில்.

(மறுநாள் காலையில் ஆதித்யா அம்மாவிடம் கிச்சனில் பேசிகிறான்)

அம்மா... நாம்ம பார்க்கப்போற பொண்ணு பேரு என்னமா என்றான்.

விலாவோ...திலாவோ..இல்ல திருவிழானோ ஏதோ சொன்னாங்க....என்னனு ஞாபகம் வரலை ஆதி என்றாள்.

அப்பாக்கிட்டதான் பொண்ணு போட்டோவும் ஜாதகமும் இருக்கு, நீ போயி அப்பாக்கிட்ட கேட்டுக்கோ.

அப்பா... பொண்ணோட போட்டோ கொடுங்க நான் பார்க்கனும்.

டேய்.. ஆதி அந்த போட்டோவை எங்க வச்சனு ஞாபகம் இல்லை. அதான் இன்னைக்கு பார்க்கப்போறமே

அப்புறம் என்ன அவசரம். பொண்ணு நல்லா அழகாதான் இருக்கும் நீ கவலைப்பட தேவையில்லை. பொண்ணு பார்க்கப்போறப்ப நீ மட்டும் வா, உன் கூடவே சுத்திக்கிட்டு இருப்பானே, திருவாய்யை மூடாமல் பேசுவானே... ரமேஷ் அவனை விட்டு வா.

அவன் பொண்ண பார்த்தா வாயை பிளந்துருவான். அவன் ஜொல்லு பார்ட்டினு தெரிஞ்சா, உன்னையும் பொண்ணு வீட்ல தப்பா எடுத்துக்குவாங்க. புரியுதா என்றார் அப்பா.

அப்பா, அவன் நல்ல பிரண்டு எனக்கு, பொண்ணுங்க அழகாக இருந்தா ரசிப்பான், ஆனால் யாரையும் ஏதும் தொல்லைகூட பண்ணமாட்டான்.

அவன் இருந்தா கொஞ்சம் டைம் பாஸ்ஸாகும்னு பார்த்தேன்.

ஆனா அவன் இன்னைக்கு வர முடியாது, அவன் சொந்த ஊருக்கு போயிருக்கான் என்றான் ஆதித்யா.

சரி... நல்லதா போச்சு விடு என்றார் அப்பா.

பக்கத்து தெரு மதுமிதாக்கூட ஊர் சுத்தபோயிருங்கானு சொன்னா இன்னும் நல்லா கழுவி ஊத்துவாங்க, இந்நேரம் அந்த நாய் எங்கே எப்படி சுத்திகிட்டு இருக்குனு தெரிலை, நம்ம பாட்டுக்கு செவனேனு இருப்போம் என்று மனதில் நினைத்து கொண்டான் ஆதித்யா.

நடுவில் வந்த அம்மா ரமேஷை கூப்பிட்டியா என்றார். அப்பாவும் ஆதியும் மாறிமாறி முகத்தை பார்த்துகொண்டனர். சிறிது நேரம் கழித்து ஊருக்கு போயிருக்கான் என்றான் ஆதித்யா.

ஆதித்யாவின் போன் அலறுகிறது, ரமேஷ்சிடமிருந்து கால்...

மச்சான் என்ன பொண்ணு பார்க்கபோறியாமே, ஒரு வார்த்தை சொல்லை...என்றான் ரமேஷ்.

டேய்.. பரதேசி.. நேத்துராத்திரி தான் எனக்கே தெரியும். உனக்கு நைட் போன்பண்ணி சொன்னேன், நீ காதுல வாங்கலை போல. அதான் நீ ஊருக்கு போயிட்டேனு எங்க அம்மாகிட்ட சொல்லிட்டேன்.

இன்னைக்கு அம்மா கண்ணுல பட்டுறாத

நீ தொலைஞ்ச, கேள்வி கேட்டே குடைச்சுருவாங்க. எங்கடா சுத்திகிட்டு இருக்கே? என்று கேட்டான் ஆதித்யா.

அதுஒன்னு இல்ல மச்சான், காலையிலேயே மதுமிதா கூட

வெளியில் வந்துட்டேன், அதைவிடு ஏற்கனவே மூனு பொண்ணு உனக்கு ஊத்திகிச்சு, இதையாவது ஒகே பண்ணு, இல்லைனா சொல்லு, மதுமிதாவுக்கு தங்கச்சி ஒன்னு இருக்கு அதை வேணாம் பேசிமுடிக்கலாம் என்றான் ரமேஷ்.

உனக்கே மதுமிதாவை தருவாங்களானு தெரியலை, எனக்கு வேற நீ ரெக்கமென்டேஷனா?... என் நேரம் டா மாப்பிள்ளை.

(புள்ளை பூச்சிக்கு எல்லாம் கொடுக்கு முளைச்சிருச்சு... என்று மனதில் நினைத்து கொண்டான்)

சரிடா ரமேஷ், சாய்ங்காலம் வா பேசிக்கலாம்... அப்பா அம்மா பக்கத்துல இருக்காங்க என்று சொல்லிய வாறே போன்கால்லை கட்செய்தான் ஆதித்யா.

திடிரென பள்ளி பருவத்தில் தான் பார்த்து ரசித்த அந்த பெண்ணின் ஞாபகம் வந்தது,

பட்டு பாவாடையில், ஒன்றும் அறியாத மனசுக்கு

ஏதோ மெட்டு போட்டவள், தெரிந்திருந்தும் அறிமுகம்மில்லை. சிவப்பு ஆடையில் ஒரு ஒற்றைரோஜாவை கொண்டையில் வைத்து கொண்டு,

ஊருக்கே படமெடுத்து பாடம் காண்பித்தவள்.

அத்தனை மனசையும் அலைகழித்தவள், சில்லுனு சிரிப்பால்..அவள் நெஞ்சுக்குள் நெருங்க முடியாத ஒரு பார்வை பார்ப்பாள்.

அவள் அத்தை வீட்டில் இருந்து படித்தாள்.

அவள் அத்தை தனக்கும் தூரத்து உறவினர்கள் தான்.

எங்கே போனாலோ, திடிருனு ஆளே காணோம். அவளை பதினாறு வயசுல பார்த்தது, எட்டு வருஷம் ஆச்சு.

இருக்காளோ இல்லை, என்ன ஆனாளோ

தெரியலை. அப்படி இருந்தா அவளுக்கு

கல்யாணம் ஆகி இருக்கலாம். அந்த வயசிலிருந்து இப்ப வரைக்கும் எந்த பொண்ணுக்கும் இந்த மனசுக்குள்ள இடமில்லை என்று நினைத்து கொண்டிருந்தான் ஆதித்யா.

ஆதி... இன்னும் அரைமணி நேரத்தில் கிளம்பலாம். நீ போய் நல்ல டிரஸ்ஸா போட்டுக்கோ என்றாள் அம்மா.

சரியென்று தலையாட்டி விட்டு, அவனுக்கு பிடித்த சிவப்பு சட்டையும் சாண்டில் பேண்டையும் அணிந்து கொண்டு, அரைகுறையாய் தலையை கோதிவிட்டு தயாராகிவிட்டான், எதிர்கால கனவுகளோடு நின்றுகொண்டிருந்தான் ஆதித்யா.

தன் சிகப்பு வண்ண காரை எடுத்து கொண்டு ஆதித்யா வீட்டில் மூவரும் & தன் சித்தி மற்றும் சித்தப்பா உடன், காரில்பெண் வீட்டை நோக்கி புறப்பட்டனர்.

போகும் வழியில் பூ மற்றும் பழங்களை வாங்கிகொண்டு, அரைமணிநேரம் பயணத்திற்கு பின் பெண் வீட்டின் வாசல் அடைந்தனர்.

வாசலில் வந்து நின்றதும் வீட்டின் உள்ளிருந்து வந்தது சின்ன வயசில் தான் பார்த்து ரசித்த பெண்ணின்

அத்தை, ஆதித்யா மனசுக்குள்ளே நொந்து கொண்டான், அவள் அத்தை பொண்ணையா பார்க்க வந்தேன்.

அவள் என்ன ஆனாள் என்று தேடினான், விழிகள் உள்ளேயே அழுதது. நெஞ்சும் பிசைந்தது, அப்படியே வாசலோடு சென்றுவிடலாமா என்று நினைத்தான்.

ஆனால் அம்மாவிடம் சொல்லி இருக்கிறான் இது அவன் பார்க்கும் கடைசி பெண் என்று, அதனால் பின்செல்ல இயலாதவனாய் முன் சென்றான் ஆதித்யா.

உள்ளே நுழைந்தவனுக்கு இன்னொரு அதிர்ச்சி காத்திருந்தது அவள் மாமாவின் போட்டோவுக்கு மாளையிட்டு இருந்தனர்.

எட்டு வருடத்தில் எல்லாம் தலைகீழாக மாறிவிட்டதே என்று மனதுக்குள் அழுதான்.

வீட்டின் உள்ளே நுழைந்து ஷோபாவில் உட்கார்ந்த பின் கடவுளிடம் கண்ணைமூடி வேண்டிக்கொண்டான், எதுவானாலும் இதுவே தான் பார்க்கும் கடைசி பெண் என்று தன்னை தானே திடப்படுத்தி கொண்டான் ஆதித்யா.

அவனின் அம்மா.. இவனுக்கு கண் கலங்கி இருப்பதை கவனித்துவிட்டாள், என்னாச்சுப்பா உடம்பு சரியில்லையா, இல்லை இந்த சம்பந்தம் வேணானு நினைக்கிறியா, அம்மா இங்க ஏதும் வரதட்சணை கேட்க மாட்டேன், எதுவாய் இருந்தாலும், உனக்கு பிடிக்காது போல் நடக்காது என்றாள்.

அதெல்லாம் ஒன்னு இல்லைம்மா, சரியான இடத்திற்கு தான் வந்திருக்கிறோம். இந்த பொண்ண எனக்கு ரொம்ப பிடிச்சிருக்கு என்றான்.

எல்லோருக்கும் ஆச்சரியம், பொண்னை பார்க்கும் முன்னே இவன் பிடிச்சிருக்கிறது என்கிறான்னே என்று, அனைவரின் மனதையும் கொள்ளையடித்துவிட்டான் அவன் பேசிய முதல் வார்த்தையிலே.

இதற்கு முன், அவன் கண்னை மூடி யோசிக்கும் போது தான் உதித்தது இது, பள்ளி பருவத்தில் ரசித்த பெண்ணின் அத்தைக்கு பெண் குழந்தை இல்லை என்பது ஞாபகம், அதோடு வீட்டின் தொலைக்காட்சி பெட்டியில் அவள் புன்னகைத்து அவன் ரசித்த அந்த சிகப்பு ரோஜாகாரியின் போட்டோவே தான்...அதில் நித்திலா என்று குறிப்பிட்டு இருந்தையும், அதுவே அவள் பெயர் என்பதையும் உறுதி செய்தான்.

அதன் பிறகு தான், பெண்னை பார்க்கும் முன்னே இந்த முடிவை அறிவித்தான் ஆதித்யா.

பட்டுபுடவையில் எதிரே வந்தது...இவன் நித்திலா...திலாவே தான்...பிசைந்த நெஞ்சும் தாளமிட்டது. காணாமல் போனவள் மீண்டும் வந்துவிட்டாள்.

நடுகடலில் கவிழ்ந்த கப்பல்லாய் இருந்தவனை தென்றல் காற்றாய் திரும்பி வந்து கரையில் சேர்த்தாளே எந்த சேதாரமும் இல்லாமல் என்று நினைத்தவாறே நெகிழ்ந்து போனான் ஆதித்யா...

அவன் மனதுக்குள் என்னென்னவோ ஓடியது, அவனுக்குள் பேசாத பாகம் எல்லாம் பேசியது...

நீயென்று தெரிந்திருந்தால் நேற்றே பெண் பார்க்க வந்திருப்பேன், இவ்வளவு நாள் உன்னை தான் தேடிக்கிட்டு இருந்தேன். நல்ல வேலையாய் இன்று உன் வீட்டு விலாசம் கிடைத்துவிட்டது. நீ உன் அத்தை வீட்டில் இருந்து படித்த போதே உன்னை பார்த்திருக்கிறேன், அப்போதே எனக்குள்ளே நீ பழகியும் விட்டாய்.

வேறென்ன வேண்டும் எனக்கு என்றான் நித்திலாவிடம்...

பதிலுக்கு அவளும், டேய் சிகப்பு சட்டை கருப்பா, அன்னைக்கு விட்டுட்டு போனது நிரந்தரமாய் கைப்பிடிக்க தானே என்றாள்.

இவளுக்கு பின்னால் நான் சிகப்பு சட்டை போட்டு சுத்தியதை இன்னும் மறக்காமல் வைத்திருக்கிறாள் என்றவாறே அவளையே மீண்டும் ரசித்து கொண்டிருந்தான் ஆதித்யா...

நீ என் முன்ஜென்மத்து மோகினி, எத்தனை ஜென்மம் எடுத்தாலும் நீ மட்டும் தான் என் மனசை அலங்கரிக்கமுடியம்.

இன்னைக்கு காலையில் தான் அம்மாவும் அப்பாவும் குலதெய்வ கோவிலுக்கு போய் வழிபாடு செஞ்சுட்டு வந்தாங்க. கடைசியில் என் குல தெய்வமே

இந்த ஊரில் தான் குடியிருக்கிறது என்றான்.... தன் முதல் காதலியிடம்.

தத்தளித்த படகு கரை ஒதுங்கி தப்பித்து பிழைத்தவர்கள் போல் ஒரு உணர்வு வந்தது ஆதித்யாவின் அம்மாவிற்கும் அப்பாவிற்கும், ஆனந்தமாய் அங்கிருந்தவர்கள் வீட்டை திருவிழாகோலத்திற்கு மாற்றினார்கள்.

அவளிடம் இப்படியே ஓடிப்போய்டலாமா? என்றான் ஆதித்யா.

இத்தனை வருஷம் காத்திருந்த உனக்கு, இப்போ என்ன அவசரம் என்றாள் நித்திலா...

உனக்காக காத்திருப்பேன் பல ஜென்மம் என்று பார்வையிலே உணர்த்தினான் நித்திலாவிடம்... ஆதித்யா.

இன்று தான் இரண்டாம் ஜென்மத்தின் பிறந்த நாள் என்பதாய் கேக் வெட்டி கொண்டாடினார்கள் இருவரும்....

(விரைவில் திருமணம் ஆதித்யாவிற்கும் நித்திலாவிற்கும்)

*******முற்றும்******

7

சாளரத்தில் நிலவு

(இந்த கதையை கார்கில் போரில் வீரமரணமடைந்த மேஜர் சரவணன் அவர்களுக்கு சமர்ப்பிக்கிறேன்...)

இளஞ்சிவப்பு சூரியன் மெதுவாய் மெல்ல மெல்ல எழுந்து வந்தான். கதிரவனை காண விழித்தவனாய், சாளரங்கத்தின் இடைவெளி வழியே பள்ளி சிருடையில் பருவப் பூக்கள் ஒன்றிரண்டு சாலையில் பேசும் பூந்தளிர்ராய் மாறி கடந்து செல்பவர்களை திசை திருப்பி கொண்டே சுவாசத்தின் ஒவ்வொரு வார்த்தையிலும் படிப்பை பற்றியே பேசிக்கொண்டு இருந்தனர்.

இனிமை தமிழும் எதார்த்த பேச்சுகளும் பெட் காப்பியின் சுவைவை குறைத்துவிட்டது. அம்மாவின் அலாரப்பேச்சு இடையூராய் இருந்தது.

என்னடா பள்ளிக்கு கிளம்பவில்லையா என்ற அப்பாவின் கேள்வி என்னை தூக்கி வாரிப்போட்டது. அவரோ ஊஞ்சலில் தொங்கி கோண்டிருந்தார், வீட்டுக் கூரையே அவருக்கு ஊஞ்சல் தான் ஏதோ நிதானித்து சிந்தித்து கொண்டிருந்தார், இன்று எந்த கடையில் மது பட்டை சரக்கடிப்பது என்று. என்னை கேள்வி

கேட்டு பிள்ளை மேல் அக்கறை காட்டினாராம். அம்மாவிடம் இருக்கும் ஐந்து பத்தையும் உருவிக்கிட்டு போக போடும் நாடகம் என்று எனக்கு தெரியும்.

அதுவரை நேற்று நடந்தது ஒன்றும் ஞாபகத்தில் பெரிதாய் தோன்றவில்லை. அப்பாவின் மதுபோதையில் மயங்கி சிறுவனாய் நானிருந்தேன் மனச்சோர்வும் வேறு. எப்படி சொல்வது பள்ளியில் எனக்கு டீசி வந்து வாங்கிக்க சொல்லி விட்டார்கள் என்பதை.

இதற்கு காரணம் அந்த தலைமையாசிரியர் தான், அவரே எனது கிளாஸ் வாத்தியார் என்பதால் அவரைப்பற்றி நன்கு அறிவேன். அவர் எதையும் செயல்முறை வடிவத்தில் செய்து காட்டுவார். தங்கமான மனிதர், அவரை பிடிக்காத ஒருவர் ஊரிலே இருக்க வாய்ப்பே இல்லை. அமைதியாய் பேசுவார், அன்பாய் அரவணைப்போடு இருக்க வேண்டும் என்ற உணர்வே, அவரிடம் கற்றது தான். நானும் சுமாராக படிப்பேன், பள்ளியில் இருக்கும் இடம் தெரியாமல் வளர்ந்த மாணவன். ஆசிரியர்களுக்கு என் பெயரும் அவ்வளவு ஞாபகம் இருக்காது. என் பெயரிலே இன்னொரு மாணவன் இருந்தான். சில நேரம் அவன் என்று நினைத்து என்னை அழைத்து ஏசுவார்கள்.

ஆனால் ஏன் கிளாஸ் வாத்தியார் என்னை நேற்று அடித்தார், நீ சரவணன்னா என்று கேட்டதற்கு, பதில் ஆம் என்று சொன்னதும் அறைவிழுந்தது கன்னத்தில், என் பெயர் ஏன் பிடிக்கவில்லையா, அருகில் திருதிருவென முழிந்து கொண்டிருக்க வேண்டிய ஒரு ஜுனியர்

மாணவி அழுது கொண்டிருந்தாள். என்றோ எங்கேயோ பார்த்த முகம், ஆனால் சட்டென்று மனதில் வரவில்லை. ஏதோ அங்கு நடந்துவிட்டது என்று மட்டும் புரிந்தது.

சரி இன்று பள்ளிக்கூடத்திற்கு அப்பாவை அழைத்து சென்றால் இன்னும் அசிங்கப்பட வேண்டியிருக்கும், அதனால் அம்மாவிடமே சாக்குபோக்கு சொல்லி ஒரு வழியாய் சமாதனப்படுத்தி கொண்டு, தலைமையாசியர் வரவிற்காக அவரது அறையின் முன் காத்திருந்தேன்.

அவரும் வழக்கம் போலே சீக்கிரம் வந்து விட்டார். உங்கள் பையன் என்ன செய்து இருக்கிறான் என்று கேட்க, தெரியவில்லை என்று அம்மா பதில் சொன்னார். யாதிரா என்ற சகமாணவிக்கு ஒரு பையனை அனுப்பி காதல் தூது விட்டு இருக்கிறான். இவனோட டீசியை வாங்கிட்டு போங்க என்றார். அம்மாவின் விழியில் வழிந்தோடும் அளவிற்கு கண்ணீர் வந்து விட்டது, இவன் தொடர்ந்து பள்ளியில் படித்தால் இன்னும் பல பெண்களுக்கு காதல் தூது விடுவான். நீங்கள் உடனடியாக வேறு ஸ்கூலுக்கு மாற்றிவிடுங்கள் என்றார்.

அம்மாவும் இவன் இப்படி செய்யும் ஆளில்லை என்றார் ஆசிரியரிடம், இவன் அப்பனும் குடிக்காரன் இவன் படித்து தான் இந்த குடும்பத்தை காப்பாற்ற வேண்டும் ஐயா என்றார் அம்மா. அவரும் பிடிக்கொடுத்து பேசவில்லை.

நான் எந்த தவறும் செய்யவில்லை என்று எடுத்துக்கூறினேன், அங்கிருக்கும் யாரும்

கேட்பதாய் இல்லை, என் கந்தல் ஆடையும் அப்பன் குடிக்காரன் என்பதும் மட்டும் அங்கே அவர்களுக்கு பெரிதாய் தெரிய, ஒரு மனதாய் அவர்களே முடிவெடுத்து என்னை பள்ளியை விட்டு அனுப்பிவிட்டனர். மறத்துபோன மனதோடு வெளிவந்தேன். அம்மாவின் கண்ணீர் என்னை ஆட்டி படைத்துவிட்டது. அம்மா என் மேல் வைத்திருந்த படிப்பு கனவும் பாதிலே போய் விட்டது என்று வருந்தினேன். அம்மாவையும் அகலபாதாளத்தில் தள்ளி விட்டேனோ என்று கேள்வி குறி என்னில் எழுந்தது. அழுத முகத்தோடு இருந்த அம்மாவை தலைநிமிர்ந்து நடக்க வைக்கவேண்டும் என்று முடிவு செய்தேன்.

இனி மற்றவருக்கு நாம் யாரென்று புரிய வைக்கவேண்டியதில்லை, இனி வாழ்நாள் முழுவதும் ஒழுக்கத்தோடு வாழ்ந்து காட்ட முடிவு செய்தேன். ஆசிரியர் என் கன்னத்தில் அறையும் போது வந்த வலி தாங்காமல் திரும்பிய போது எதார்த்தமாய் கரும்பலகையில் எழுதப்பட்ட திருக்குறளும் அதன் விளக்கமும் ஒன்று மனதுக்குள் பதிந்து விட்டது.

இன்னா செய்தாரை ஒறுத்தல் அவர்

நாண நன்னயம் செய்துவிடல்... என்ற திருக்குறள் தான்.

கனவு காணுங்கள் அதிலே வாழுங்கள் என்ற அறிவுரை தந்த கலாம் ஐயாவின் வார்த்தைகள என்னை சமாதனப்படுத்தியது, அடுத்த இலக்கை குறிவைக்க. படிப்பு இல்லையென்றால் என்ன, எதையும் சாதிக்கலாம் என்ற உணர்வுக்குள் தள்ளப்பட்டேன்.

நான் படிப்பை தொடர்ந்திருந்தால் நானே எங்கள் வம்சத்தின் முதலாவதாக பண்ணிரண்டாம் வகுப்பு படித்து முடித்த பிள்ளையாய் இருந்திருப்பேன்.

இத்தனை நடக்கும்போது என் மேல் பரிவுபட்ட ஆசிரியர் ஒருவர், இன்னொரு பள்ளியில் எனது படிப்பை படித்து முடிக்க உதவினார். இதுயெல்லாம் நடந்து பத்து வருடத்திற்கு மேல் ஆகிவிட்டது. இன்று கண்முன்னே நடந்தது போல் இருக்கிறது.

நினைத்து பார்த்து கொண்டு இருக்கும் போதே என் முன்னே நண்பன் மித்ரா வந்து நின்றான்.

அதே வேளையில் என் ஓரக்கண்ணில் ஒரு வழியில் கோடிட்டது போல் கண்ணீர் துளிகள் பெருகி கொண்டிருந்தது, நான் சிரிக்க மறந்த பிள்ளையாய் காட்சியளிக்க, அவனுக்கு சந்தேகம் வந்தது.

அவனிடம் பேசிக்கொண்டு இருந்தால் அரை டவுசர் போட்ட காலத்து நினைவுகளையும் டக்கென்று கொண்டு வரும் லவுடால் பேச்சில் மயக்கிவிடுவான்.

எனது சொந்த ஊருக்கு பக்கத்து கிராமத்தில் இருந்து வந்தவன். எங்கள்

இருவருக்கும் நல்ல புரிதல் இருக்கிறது. சந்தித்த முதல் நாளில் இருந்தே நல்ல நண்பர்களாக இருக்கிறோம். அவன் அப்பா சொந்த ஊரில் தனியார் பள்ளியில் தலைமையாசிரியர் என்று ஏற்கனவே சொன்னது மட்டும் கொஞ்சம் ஞாபகத்தில் உள்ளது.

என்ன சரவணா எப்படி இருக்கிறாய் என்று கேட்கும் போதே, உதவி செய்கிறாய்யா என்று கேட்டேன். தர்மத்திற்கென தலையசைக்காமல் உயிரோட்ட உணர்வில் அவன் சரி என்று சொன்னதும், தரையில் விழு இருந்த அடுத்த துளி கண்ணீரும் மறுபடியும் கண்ணுக்குள்ளே சென்றது.

என்ன வேண்டும் என்றான் தாழ்ந்த குரலில், என்னை பத்து வருடத்துக்கு முன் பள்ளியில் படித்த போது இருந்த தலைமையாசிரியரை சந்திக்க வேண்டும் என்றேன்.

நேற்று தானே நீ கண்விழித்து இருக்கிறாய், இன்று தானே உன்னால் கை கால்களை அசைக்க முடிகிறது. மூன்று மாதங்களாய் மயக்கநிலையிலேயே இருந்தாய் மறந்து விட்டாய்யா சரவணா என்றதும் தூக்கி வாரிப்போட்டது படுக்கையில் இருந்த எனக்கு, என்ன மூன்று மாதங்களாய் படுக்கையில் இருக்கிறேனா? என்ன மித்ரா என்னாச்சு எனக்கென்றேன்.

அதை பிறகு சொல்கிறேன், நீ சொல்ல வந்ததை கொஞ்சம் புரியும்படி சொல் சரவணா என்றான். அந்த மின்னல் கிராமத்து தலைமை ஆசிரியர் ராதாகிருஷ்ணன் ஐயாக்கிட்ட என்னை கூட்டிட்டு போறியா, பிளீஸ்டா என்று கெஞ்சினேன்.

என்னது ராதாகிருஷ்ணன் ஐயாவா? என்றான் அவன்.

ஆம் என்றேன். ஆனால் ஏன் அவனது வார்த்தையில் ஏற்ற இறக்கம் என்று புரியவில்லை அப்போது.

இந்த நிலைமையில் எப்படிபோவ சரவணா?, அதோடு நம்மள சுத்தி பாதுகாப்பு போலிஸ் அதிகாரிகள் எல்லாம் இருக்காங்க, இப்போதைக்கு கொஞ்சம் கூட உன்னால் நகர முடியாது என்றான்!!!

இந்த கட்டிடத்தில் எந்த பக்கம் திரும்பினாலும் ஆள் நடமாட்டம் வேற நிறைய இருக்கிறது. அதுவுமில்லாமல் உன்னை பத்தித்தான் அத்தனை தொலைக்காட்சியிலும் நியூஸ் ஓடிக்கிட்டு இருக்கு சரவணா.

இல்லை மித்ரா, யாரோ ஏதோ சொன்னாங்கனு எனக்கு ஏன் அப்படி தண்டனை கொடுத்தாங்க, ஏதும் விசாரிக்கவே இல்லை. காரணம் இதுவரைக்கும் தெரியலை. வருத்தம் மட்டும் தீரவே மாட்டேங்குது.

அன்னைக்கு **வேங்கையென நினைத்து வெறியோடு பசி தீர்க்க ஊரைவிட்டு கிளம்புனவன் தான் நான்**, ஆனால் இன்னைக்கு இப்படி உன் முன்னாடி இருக்கிறேன் மித்ரா என்றேன் மெல்லிய குரலில்.

எனக்கும் உன் வருத்தம் புரிகிறது சரவணா என்றான்.

ஒ...உனக்கும் தெரியும் இல்லை, நான் ஏற்கனவே உன்னிடம் சொல்லி இருக்கேன், நான் சொன்னதே மறந்துவிட்டேன் என்றேன்.

சரவணா, அவங்ககெல்லாம் அந்த விசயத்தை மறந்தே இருப்பாங்க, நீ மட்டும் எப்படி தான் அதையே மனசுல வச்சு இருக்கியோ?

அன்னைக்கு அம்மா எனக்காக சிந்திய கண்ணீர் வலியும், அவமானமா தோணுச்சு, காலப்போக்கில்

அது மனசை வதைக்கிற ரணமாகி கிடக்குது. ஆனாலும் அந்த சூழ்நிலையில் இருந்து, இந்த அளவுக்கு எப்படி எழுந்து வந்தேன்னு தெரியலை மித்ரா. அவங்களுக்கு நான் ஏதோ ஒரு வகையில் கடன்ப்பட்டு இருக்கேன் போல. அதோடு என் இஷ்ட ஆசான் மோதிர கையால அடி வாங்கி இருக்கிறேன். எனக்கு தெரிந்து அவர்கிட்ட அடிவாங்குன முதல் மாணவன் நான் தான் மித்ரா. அவர் யாரையும் அடிச்சதே கிடையாது.

தூக்கி எறிப்படும் காகிதங்களில் தான் சில நேரம் புனித புத்தகத்தின் வாசகங்களும் இருக்கும், நீ புனித புத்தகம் சரவணா, குப்பை தொட்டியில் கிடந்த அனாதை மாதிரி உன்னை ஒதுக்கி இருக்காங்க, நீ சூழ்நிலை கைதி வேற வழியில்லாமல் தான் மாயவலையில் சிக்கிவிட்டாய், காலம் மாறும், கவலைப்படாதே. இனி நாடே உன்னை கொண்டாடும். கொஞ்சம் பொறுமையா இரு சரவணா என்றான்.

சரி விடு மித்ரா, பழைய விசயத்தை கிளறவேண்டாம். உன்னால என்னை கூட்டிட்டு போக முடியுமா முடியாதா?. முடியாதுனு நினைச்சா இன்னைக்கு இரண்டு பேரும் இங்கிருக்க மாட்டோம், **இந்நேரம் கடவுளோடு காலடியில் ஏதோ ஒரு உருவத்தில் சுத்திகிட்டு இருப்போம், இந்நேரம் கல்மரத்தை நட்டு இருப்பாங்க இல்லை, புல் முளைச்சு இருக்கும் நம்மள புதைத்த இடத்தில்**!!!

சரி சரவணா, இன்னும் ஒரு வாரம் ஆகட்டும். நீ இப்போ ரெஸ்ட் எடு, நாம இரண்டு பேரும் இப்போ உள்ளூரில் தான் இருக்கோம், நான்

இன்னைக்கு வீட்டுக்கு போயிட்டு அப்புறம் வருகிறேன் என்றான்.

மித்ராவின் மனதில் ஓடியது, தலைமையாசிரியர் பெயர் ராதாகிருஷ்ணன் என்று சரவணன் சொன்னான். அவனும் நம்ம ஊரு தான். அப்படினா நம்ம அப்பா தான் சரவணன் வாழ்க்கையில் வந்த தலைமையாசிரியர் என்று நினைத்து கொண்டு மித்ரா கிளம்பினான் வீட்டுக்கு.

அவன் வீட்டு வாசல் நுழையும் போதே, மித்ரா அப்பாவின் குரல், எப்பப்பா வந்தே, இந்த ஊரில் தான் மூன்று மாதமாய் இருக்கிறாய்யாமே, வீட்டு பக்கம்மே வரலையே என்றார் மித்ராவிடம்.

அப்பா ஊர்ல எல்லாம் எப்படி இருக்காங்க, அம்மா தங்கச்சி எல்லாம் எப்படி இருக்காங்க. எல்லாம் ரொம்ப நல்லா இருக்காங்க... சரி ஏன் இவ்வளவு லேட்டா வர வீட்டுக்கு, டீயூட்டிக்கு போனா எப்போதும் இந்த நேரம் தா வருவியா? ஏன் களைப்பா இருக்கே, முகமெல்லாம் வாடிபோயி இருக்கு, ஏதாவது உனக்கு உடம்பு சரியில்லையா?

இல்லப்பா, இன்னைக்கு சரவணன் இருக்கிற ஆஸ்பத்திரியில் எனக்கு பணி நேரம் முடியுற வரைக்கும் வேலைப்பளு அதிகமா இருந்துச்சு.

எந்த சரவணன்ப்பா?

அதான்ப்பா உங்கள் பள்ளியில் படித்த சரவணன். ஞாபகம் இல்லையா உங்களுக்கு? சரி நீங்கள் கண்டுபிடிக்கிறிங்களானு பார்ப்போம்.

அப்பா நீங்கள் ஸகூல்ல உயிர் காப்பான் தோழனு சொல்லி கொடுத்திங்க, அவன்

அப்படிப்பட்ட நண்பன் தான். அவன் உயிரையே தர துணிந்து என்னை காப்பாத்திட்டான். ஆனால் அவன் என்னை காப்பாத்தும் போது, என் கண் முன்னாடியே குண்டடி பட்டு பலத்த காயத்தோடு அரைமயக்க நிலையிலேயே, என்னையும் ஆஸ்பத்திரியில் கொண்டு சேர்த்திட்டு, இறுதிப்போரில் போராடி நாட்டையும் காப்பாத்திட்டான் என்னையும் காப்பாத்திட்டான்ப்பா. நான் என் நண்பனை இழந்திடுவேனோ என்ற பயத்தில் நிற்கிறேன்ப்பா. அவன் இந்த ஊரை விட்டு போனதே உங்களால தான் அப்பா.

யாரைப்பற்றி பேசுற மித்ரா, அதான்ப்பா பத்து வருஷத்துக்கு முன்னாடி, உங்கள் பள்ளியில் படித்த மாணவி யாதிராவுக்கு லவ் லெட்டர் கொடுத்தானு அவனை ஸ்கூல்ல விட்டே அனுப்பினிங்க ஞாபகம் இல்லையா?

இப்போ தான் ஞாபகம் வருது அந்த குடிக்காரன் பெத்தமவன் அந்த சரவணன் தான்னே.

இப்பவும் அவுங்க அப்பாவை பற்றிய வர்ண்னை தேவையா? அவன் என்ன தப்பு செய்தான்னு ஸ்கூல்ல விட்டு அனுப்பினிங்க?

நீ என்ன மித்ரா, இப்படி பேசுற, நம் பள்ளியில் படித்த பெண்பிள்ளைக்கு அதுவும் ஒரு பள்ளியோட டாப் ஸ்டுடண்ட யாதிராவுக்கு லவ்லெட்டர் கொடுத்தவனுக்கு சப்போர்ட் பண்ணுற?

உங்கள் டாப் ஸ்டுடண்ட யாதிராவுக்கு லவ் லெட்டர் கொடுத்தவன் இவன் கிடையாது, அந்த சரவணகுமார், அதான் பிஞ்சிலே

பழுத்த அரசியல்வாதி பையன். நீங்கள் இந்த சரவணன்னோட அப்பன் குடிகாரன் என்ற ஒரே காரணத்துக்காக இவன் தான் லவ் லெட்டர் கொடுத்தானு எல்லோர் முன்னாடியும் அவனை அடித்து ஸ்கூல்லே இருந்து டீசி கொடுத்து அனுப்பிட்டிங்க. இன்னொன்னு நல்லா படிக்கிற பிள்ளைகளுக்கு ஏதாவது ஒன்னுனா உடனே ஆக்சன் எடுக்குகிறிங்க, அதே சுமாரா படிக்கிறவன்னா ஏன் இப்படி பாகுபாடு காட்டுறிங்களோ தெரியலையப்பா. கந்தல் ஆடையில் உண்மையும் நேர்மையும் பொதுவா இருக்கும்பா. அவுங்க அம்மாவும் அவனும் அன்னைக்கு சொன்னத கொஞ்சம் விசாரிச்சு இருக்கலாம்.

உனக்கு எப்படி தெரியும் அந்த சரவணகுமார் தான் காரணம்னு?

நானும் சரவணன்னும் ஒரே டீம்ல தான் பயிற்சி எடுத்தோம். அவன் அம்மாவுக்கு நிறைய கடிதம் எழுதுவான். அவனோட கையெழுத்து எனக்கு தெரியும். அதோடு உங்கள் மாணவி யாதிராவோட லவ்லெட்டரும் இவனுக்கு நிறைய வந்துச்சு.

ஆனாலும் அவனோட மனசீக ஆசான் நீங்கள் தான், உங்கள் மரியாதையை காப்பாத்தனும்ங்கிற ஒரே காரணத்துக்காக அந்த பொண்ணையும், அவள் காதலையும் நிராகரித்து விட்டான். அதோடு இல்லாமல் அந்த காதலை ஏத்துகிட்டாலே அந்த தப்பை செய்துவிட்டாத அர்த்தம்னு, இதுவரைக்கும் அதற்கு வாய்ப்பே தரலை. **குருவுக்கு துரோகம் செய்யுறது**

தாயிற்கும் தாய் நாட்டுக்கு செய்யுற துரோகம்னு அடிக்கடி சொல்வான். அவனுக்கு நான் யாருனு தெரியாது, ஆனால் அவன் எப்படிபட்டவனு எனக்கு மட்டும் தான்ப்பா தெரியும். வேணும்னா அரசியல்வாதி பையன் சரவணக்குமார் அனுப்புனு லவ்லெட்டரை யாதிராக்கிட்ட கேட்டு வாங்கி பாருங்க, சரவணன் தப்பு பண்ணலனு நல்லாவே புரியும் உங்களுக்கு. அதோடு காதல் தூது வந்தவன்கிட்ட எந்த சரவணன்னு கேட்டு இருக்கலாம்.

அதோடு யாதிரா சரவணன்னுக்கு எழுதிய லெட்டரிலும் அந்த சரவணகுமார் பிரண்ட வேல்முருகன் தான் காதல் தூது வந்தானு குறிப்பிட்டு இருந்தது. அதுக்கு அப்புறம் தான் இந்த சரவணன்க்கு தெரியும் இந்த பிரச்சனைக்கு காரணம் என்னனு.

யாதிரா எத்தனையோ வழியில் அவள் காதலை சொல்லிட்டாப்பா, இனிமேல் அவள் காதலை அவனால ஏத்துக்க முடியுமானு கூட தெரியலை, பலமா மார்பில் குண்டடிப்பட்டு மூன்று மாதம் தீவிர சிகிச்சை பிரிவில் இருந்து இப்ப தான் விழித்து பார்த்தான்ப்பா.

கடைசியா யாதிராவையும் உங்களையும் தான் பார்க்கனும்னு சொன்னான், எதுக்குனு தெரியலை, ஆனாலும் அவன் உயிரோட இருப்பானா இல்லையானு தெரியலை, அவ்வளவு காயம் அவனுக்கு தலையிலும் மனசிலும். சத்தமா கூட பேசமாட்டான் அப்பா.

அவன் அப்பன் குடிகாரன்னா இருந்தாலும் அவன் நல்ல மனுஷன்பா, நேருக்கு நேரா பேரில்

சண்டை போட்டு அத்தனை எதிரிகளையும் துவம்சம் பண்ணுனான். இவன் ரொம்ப தில்லான ஆளுப்பா, எதுக்கு இவன் இன்னொருத்தனை தூது விடனும்?

இன்னைக்கு கார்கில் போரில் ஜெயித்து வெற்றிக்கொடி எல்லையில பறக்குதுனா அதுல அவனுக்கும் ஒரு பங்கு இருக்கு.

இன்னைக்கு மேஜர் சரவணன் என்று சொன்னாலே நாட்டுக்கே தெரியும்.

உங்கள் பள்ளியில் பண்ணிரண்டாம் வகுப்பு பாதியிலே படிப்பை விட்டுட்டு போனாலும், அவன் தன்னோட உடல் தகுதியை வளர்த்துகிட்டு மில்ட்ரியில் சேர்ந்து இன்னைக்கு நாடே போற்றும் **"பரம் வீர் சக்ரா"** விருதை அவனுக்கு இந்திய அரசாங்கம் பரிந்துரை செய்து இருக்கு. அவன் குடிகாரன் பையன் தான். இன்னும் அவனுக்கு கார்கில் வெற்றிகொடி பறக்குதுனு தெரியாது. அவனுக்கு தேசிய கொடியும் அவனோட ஆசான்னா உங்களையும், அவனோட உயிருக்கும் மேலே பிடிக்கும். நீங்கள் உபசரித்த போதனைகளை தான் அவன் வீட்டு சுவற்றில் எழுதிவச்சு இருக்கான்.

ஏழ்மையை வைத்து ஒருவனை குற்றவாளி ஆக்கிட்டிங்க, ஆனால் அவன் பட்ட அவமானத்தையே வாழ்க்கையில் முன்னேற ஏணியாய் எடுத்துகிட்டு இன்னைக்கு உயர்ந்த இடத்தில் இருக்கான்ப்பா.

என்னப்பா மித்ரா, அவன் தப்பு பண்ணுனான்னு தான் தண்டனை கொடுத்தேன். தப்பு பண்ணிட்டானு ஆதங்கத்தில் தான் குடிகாரன்

பெத்த பையன்னு சொன்னேன். என்னதான் இருந்தாலும் அவன் என்னோட ஸ்டுடண்ட, அவன் தலைநிமிர்ந்து தான் நடப்பான். நான் நல்லதையே விதைச்சு இருக்கேன், ஆனால் அவன் எனக்கு எப்படி வாழனும்னு பாடம் நடத்திட்டான் மித்ரா. இப்படி ஒரு ஸ்டுடண்ட எனக்கு கிடைத்தது, எனக்கும் இந்த பள்ளிக்கும் கிடைத்த மிக பெரிய அங்கிகாரம்.

இந்த வருஷம் நம்ம ஸ்கூல் இருப்பதைந்தாவது வருட வெள்ளி விழா மற்றும் சுதந்திர தின விழாவும் சேர்ந்து வருது, இன்னும் மூன்று மாதம் இருக்கு. அந்த சரவணன்யையே விருந்தினரா கூப்பிடலாம், அதுவே இந்த பள்ளிக்கு பெருமையா இருக்கும், அதோடு அந்த மில்ட்ரி சரவணனுக்கும் நீண்ட நாளா மனசுல இருக்குற மனபாரம் குறையும்னு நினைக்கிறேன் மித்ரா. நீ என்ன நினைக்கிற?

அப்பா, இந்த விசயத்தில் நீங்கள் சொல்வதை ஏத்துக்குறேன். நீங்கள் பல வித்தியாசமான மாணவர்களை சந்தித்து வந்து இருக்கிங்க. உங்களுக்கு எது சரியோ அதையே செய்யுங்க.

அவன் பிழைச்சு வருவதே ரொம்ப கஷ்டமுனு சொல்லி இருக்காங்க, அவனுக்குள்ள இருக்குற ஏதோ ஒன்று தான் அவனை இன்னும் உயிரோடு வச்சு இருக்கு. நீங்கள் அவன் பள்ளிக்கு வருவதற்கு இன்வைட் பண்ணுங்க அப்பா.

ஒரு வேளை அவன் மீண்டும் ஒரு போர்வீரனா வரலாம் வருவான் வரனும். அவனைப் போல் ஒரு படைத்தளபதி கிடைச்சா நாட்டுக்கு பெருமைப்பா.

சரிப்பா மித்ரா, நான் நாளை பள்ளிக்கு போனதும் ஸ்கூல் மேனேஜ்மென்டுல பேசுறேன். அப்பா... இன்னொன்னு சொல்லனும் அவன் உங்கள் மேல துளிக்கூட கோபப்படலை, உங்கள மீண்டும் சந்திக்கும் போது அவன் உங்களோட மாணவனா தான் வந்து நிக்கனும்னு முடிவு பண்ணி இருக்கான்.

ஒகே அப்பா, நானும் கிளம்புறேன்ப்பா, சரவணன் இருக்குற ஹாஸ்பிட்டலுக்கு என்னை தான் பாதுகாப்பு செக்யூரிட்டி இன்ஜார்ஜ்ஜா போட்டு இருக்காங்க. அவன் எழுந்து வந்த பிறகு, நானும் விடுமுறையை இந்த ஊரில் கொண்டாடலாம்னு இருக்கேன். இப்படி ஒரு நல்ல நண்பன் கிடைச்சதுக்கு கொடுத்து வைத்திருக்கனும் அப்பா.

சரிப்பா, நாளைக்கு காலையில முடிஞ்சா வாங்க, உங்கள சரவணன் இருக்க இடத்துக்கு கூட்டிட்டு போறேன். அவன் எழுந்ததுமே கிராமத்து தலைமையாசிரியர் ராதாகிருஷ்ணன்னை பார்க்கனும்னு சொன்னான், அவன் படிச்ச ஸ்கூல் பெயரும் மற்றும் ஊர் பெயரை சொன்னவுடனே தெரிஞ்சது, நீங்கள் தான் அந்த தலைமையாசிரியர்னு.

எனக்கும் வேலை கொஞ்சம் இசியா போச்சு, வழிய வந்த கடவுள் மாதிரி உங்களையும் பார்த்துட்டேன் அப்பா. எனக்கும் இந்த பள்ளிக்கும் பெருமை தான் மித்ரா இப்படி ஒரு மாணவன் கிடைத்தது.

மேஜர் சரவணன்னை அழைத்து வா சிறப்பு விருந்தினராக அதற்கான எல்லா

ஏற்பாடுகளையும் நான் இங்கு செய்கிறேன் மித்ரா. அவனே இந்த வருடம் பள்ளியில் கொடியேற்ற தகுதியான குடிமகன்.

நிச்சயம் அழைத்து வர்றேன் அப்பா. மீண்டும் பார்க்கலாம்.

(மீண்டும் சரவணன் இருக்கும் ஆஸ்பத்திரிக்கு கிளம்புகிறான் மித்ரா)

படுக்கையில் இருந்த சரவணாவை பார்த்து, உனக்கு ஒரு குட் நீயூஸ், நீ படிச்ச ஸ்கூலில் உன்னை சிறப்பு விருந்தினரா அழைத்து இருக்காங்க. வாழ்த்துக்கள் சரவணா என்றான் மித்ரா.

எனக்கு பின் மண்டை கொஞ்சம் வலிக்குதுடா மித்ரா.

கவலைப்படாதே உன்னை சின்ன வயசில் கன்னத்தில் காயப்பட காரணமா இருந்த உன்னோட ஏஞ்சல் ரசிகை தான் இந்த ஹாஸ்பிட்டல் டாக்டர். இனி உன்னை அவுங்க பார்த்துக்குவாங்க. டோன்ட் ஒரி சரவணா உனக்கு இனியெல்லாம் வசந்த காலம் தான். உன்னோட சாளரங்கத்து நிலவு ரொம்ப நேரமா உன்கிட்ட பேசக்கூடாதுனு சொல்லி இருக்கு.

(மூன்று மாதம் கழித்து....)

மேடையில் தலைமையாசிரியர் இராதாகிருஷ்ணன் உரையாற்றுகிறார்,

புன்னகைக்க மறந்த பூக்கள் தான் புன்னகைக்க வைக்கும் மாணவச்செல்வங்களே. எங்கு கண்டிப்பு இருக்கிறதோ, அங்கு தான் ஊக்கமும்

இருக்கும். அடக்கமாகும் வரை அடங்கி இருப்போம் நல்ல ஆசிரியர்களுக்கு என்ற மேஜர் சரவணன் வரிகளோடு அவரை ஒரு சில வார்த்தைகள் பேச அழைக்கிறேன் என்றதும்.

பள்ளி சிறுவர்களின் கைதட்டலும் ஆரவார ஓசைகளும், இந்த சரவணன்னின் கந்தல் கறையை நீக்கியது, மில்ட்ரி காக்கியின் கரம் உயரும் முன் தலைமையாசிரியரின் கால்தொட்டு வணங்கி எழுந்தேன் வெள்ளிவிழாவின் நாயகனாக இந்த சரவணன். இவன் அருகில் சாளரத்தில் நின்ற நிலவாய் புன்னகைத்தாள் யாதிரா மனைவியாக.

எனக்கு இந்த பள்ளியில் வெள்ளி விழாவிற்கு அழைத்த இந்த பள்ளி நிர்வாகத்திற்கும் மற்றும் என் மானசீக ஆசான் தலைமையாசிரியர் ராதா கிருஷ்ணன் ஐயா அவர்களுக்கும் மனமார்ந்த நன்றிகளை தெரிவிக்கிறேன்

என்றதும் மேடையே ஜன்னல் போல் மாறியது மாணவ பிள்ளைகள் எல்லாம் பூக்களாய் தெரிய சிறு புன்னகையோடு திரும்பும் போது,

இன்னா செய்தாரை ஒறுத்தல் அவர்

நாண நன்னயம் செய்துவிடல்...

என்று அதே திருக்குறள் மீண்டும் கண்ணில் விழுந்தது, பழையதை அழித்துவிட்டு அதே இடத்தில் இன்னும் பெரிய கரும்பலகையில் எழுதப்பட்டிருந்தது.

குட்டுப்பட்டாலும் மோதிரக்கையால் குத்துப்படுங்கள் என்று மேடையில் சொல்லிகொண்டு இருக்கும் போதே, உடனே கிளம்பி வாங்க சரவணன் எல்லை கலவரத்தை

அடக்க வேண்டும் என்று எதிர் முனையில் கைப்பேசி அழைப்பில் சத்தம் எழுந்ததும். உரையை முடித்துக்கொண்டு கம்பீரமாக கிளம்பினேன் அன்னையின் ஆசிர்வாதத்தோடு.

இவன் பயணம் தொடரும்...

8

மாயக்காரியின் ஓரக்கண்ணால்

(இது ஒரு அப்பாவி மாணவனின் கதை...)

வேகமா போற ரயில் தண்டவாளத்தில் தலையை வச்சு படுத்து நிரந்தமா தூங்கிடலமானு தோணுச்சு...

என் மனசில் ஏதோ கோபம் ஏதோ வருத்தம், ரயில் தண்டவாளத்தின் நடுவே நடக்க ஆரம்பித்தேன்.

அதுவும் உச்சி வெயில் தாண்டும் நேரம், பிப்ரவரி மாதம் 14ம் தேதி 2022, புது காதலர்கள் பிறக்கும் தினம்...காதலர் தினம்.

கையில் புத்தகப்பை, மதிய சாப்பாடு சாப்பிடாமல் பள்ளியை விட்டு கிளம்பிட்டேன். அதனால் புத்தகப்பையோட சாப்பாடும் சேர்ந்து சுமை கொஞ்சம் அதிகமா இருந்துச்சு.

வீராப்பா வேற கிளம்பி வந்துட்டேன், திரும்பி போனா கேவலமா இருக்கும், சரி கொண்டுவந்த சாப்பாட்டை சாப்பிட்டுவிட்டு சாகலாம்னு முடிவு பண்ணுனேன். இனி ஊரே சிடு மூஞ்சி சித்தப்பு தான் என்ன கூப்பிடும். அது தான் என்னோட இந்த முடிவுக்கு காரணம்.

எனக்கும் ஒரு மனசு இருக்கும்னு அந்த இரண்டு மூதேவிக்கும் மற்றும் சீப் கெஸ்ட் ஸ்ரீதேவிக்கும் தெரியமாட்டேங்குது. யாருனு பார்க்கிறிங்களா? அதுலா ஒன்னு என் தங்கச்சி பொன்னி. இரண்டாவது புஷ்பா அதாங்க இப்ப கூட ஒரு தெலுங்கு படம் டப்பிங் தமிழில் வந்தததே, அந்த படத்து தலைப்பில் தான் பெயர் வச்சு திரியும் பூம்புகார் பேய்... அதனால் தான் எனக்கு இன்னைக்கு தலைவலி வந்துச்சு. இன்னொன்னு சந்திரா... அது யாருனு கேக்குறிங்களா... கொஞ்சம் அப்புறம் சொல்றேன். இருந்தாலும் குளுக்குடுக்குறேன்... அதான் சீப் கெஸ்ட் ஸ்ரீதேவி... அவளுக்கு மட்டும் நேரத்துக்கு தகுந்தாற்போல் பெயரை மாத்தி கூப்பிடுவேன்... (மெல்லிய குரலில்)

நேற்று சாயங்காலம் பள்ளி முடிச்சிட்டு எங்கள் வீட்டுக்கு நுழைந்தேன் ஏதோ அரபிக்குத்து பாடல் யூடியூப் ல் ரிலிஸ் ஆகியிருக்கான. நாளைக்கு எக்ஸாம்... அதாங்க அந்த காதலர் தின காதல் கடிதம் எழுதுற போட்டி.

தப்பா எடுத்துக்காதிங்க... அந்த போட்டி பள்ளியில் நடக்கவில்லை, பள்ளியில் இருக்குற பிரண்ட்ஸ் நடத்துறாங்க...அதுக்கு நான் தயார் ஆகனும் என்ற கனவோடு வந்தேன்.

நான் எப்போதும் வீட்டுக்கதவை மெதுவா தான் திறப்பேன். வேகமா திறந்தா இருபது வருசத்து கிரில் கேட் கொஞ்சம் கீர்க்கீர்க்னு சத்தம் போடும்.

அதனால அம்மா லட்சுமிமாதவி சொன்னபடி கதவை மெதுவா திறந்தேன். அப்ப தான் நான்

அந்த அற்புத காட்சியை பார்த்தேன், அம்மா பெத்த மூதேவியும் அத்தை பெத்த பூம்புகார் பேய் புஷ்பாவும்...புஷ்பா படத்து பாட்டுக்கு குத்து குத்துனு மியூசிகை உச்ச சத்ததில் வச்சு ஒப்பாரி பாட்டையே உலை வைக்கிற மாதிரி ஆடிக்கிட்டு இருந்துச்சுங்க நாகரிக தேவதைகள்.

எங்கம்மாவுக்கு ஆட தெரிஞ்ச அளவுக்கு கூட எங்க வீட்டு பொன்னிக்கு ஆட வராது. அத்தை பொண்ணு கொஞ்சம் சுமாறா ஆடும். அப்படி சொல்லலனா அழும் அது வேற கதை.

நான் சத்தம் போடாமல் இரண்டும் ஆடுற ஆட்டத்தை பார்த்திட்டு அப்படியே நின்னுகிட்டு இருந்தேன், நான் வரும் நேரமறிந்து வாசலை எட்டிப்பார்த்த அம்மா, எப்படா வந்த, போய் கைகால்கள் கழுவிட்டு வாடா... காபி போட்டு தரறேன் என்றதுமே, பக்கத்தில் ஷோபாவில் உட்கார்ந்து இருந்த சந்திரா சீப் கெஸ்ட்...அவங்க தான் நடுவராம், யாரு நல்லா ஆடுறாங்கனு சொல்லனுமா, திக்கென்று என்னை பார்த்து அரண்டுபோச்சு, ஏன்னு கேட்குறிங்களா நான் இரண்டு வருசமா விரட்டிக்கிட்டு இருக்கிற பொண்ணு, ஜாடையா பார்த்து சிரிக்கும், எனக்கும் என் மச்சான் ரவிக்கும் பிடிச்ச பொண்ணு அவ தான். இவ்வளவு நாள் நான் யாருனு தெரியாது, இப்ப தெரிஞ்சு போச்சு அவளுக்கு நான் இன்னார் வீட்டு பிள்ளைனு..

சரி வந்தவனுக்கு அம்மாவோட நிறம் மனம் சுவை காபி கிடைக்கும்னு தான் நினைச்சேன், ஆனால் கூடவே அத்தை பொண்ணு குத்து டான்ஸ், பத்தாத குறைக்கு என் ஹார்ட்டில்

டாட்டூ போட்ட சந்திராவின் அறிமுகப் பார்வை.. என்ஜாய் மச்சானு என் மனசு எந்திரிச்சு ஆடுனுச்சு..

ஆம்பளை பசங்க சந்தோஷமா இருந்தாலே அம்மாக்களுக்கு பிடிக்காதோ என்னவோ...

மை டியர் அம்மா, அலமாரிக்கு மேலே மாட்டியிருக்குற சின்ன வயசில் நான் பள்ளியில் கரகம் ஆடுன போட்டோவ காண்பித்து, இது தான் என் பையன் அஞ்சாவது படிக்கிற போது டான்ஸ் ஆடி பரிசு வாங்குன போடடோனு சொல்லி புட்டாங்க.

பயபுள்ளைங்க சும்மாவே அகராதி பிடிச்சதுங்க, சற்றும் யோசிக்காமல் மாயவித்தைக்காரி சந்திரா என்னிடம்...நீங்கள் டான்ஸ் ஆடுவீங்களா என்றதுமே...

இல்லைனு சொல்ல முடியலை...

நான் சுமாராக ஆடுவேனு சொன்னதுமே, அண்ணன் சூப்பரா ஆடுவான் என்றது எங்கள் அம்மா செல்லத்துக்கு பிறந்த என் ஆசை தங்கச்சி.

அத்தனை பேரும் சேர்ந்துகிட்டு ஆடு ஆடு ஆடுனு கத்த ஆரம்பிச்சதுங்க... அனிருத் குரலே பரவாயில்லைனு தோணுச்சு. இந்த புள்ளைங்க குரலை கேட்க முடியலை. பள்ளியில் திருக்குறள் படிக்கிறது தான் கஷ்டம்னு நினைச்சேன். அது தவறுனு புரிஞ்சுகிட்டேன்.

ஒரு வழியா நான் டான்ஸ் ஆடுறேனு ஒத்துக்கிட்டேன். ஆனால் நான் சந்திரா முன்னாடி, ஸ்டைலிஸ் ஹிரோ மாதிரியே பில்டப் பண்ணி வெச்சிருந்தேன். நம்ம ஆளு முன்னாடி கெத்தா

ஆடனும்னு அரபிக்குத்து டான்ஸ் ஆட முடிவு பண்ணுனேன். ஆனால் கிரகம் பிடிச்ச சந்திரா கரகம் வச்சு ஆடனும்னு சொல்லிடடா...

எங்கள் தளபதி அரபிக்குத்துக்கு கரகம் வச்சு ஆடுனா எப்படிங்க இருக்கும்...?

நான் தற்கொலை பண்ணிக்க முடிவு செய்தது தவறானு என் மனசு கேட்டுச்சு.

அதுக் கூட பரவாயில்லை.... **நான் கரகம் வச்சு டான்ஸ் ஆடுனதை வீடியோ எடுத்து.. அவபிரண்டுனு நாலு பேரு... இவபிரண்டுனு நாலு பேரு அப்படியே கைமாறி கைமாறி இப்போ பேஸ்புக்கிலையும், யூடியூப்லையும் பத்தாயிரம் பார்வையாளர்கள் வந்திருச்சு. அதுல ஐந்நூறு லைக் வேற மற்றும் பத்து ஹார்ட் வச்சு... ஐ லவ் யூ மாமானு பத்து பசங்க வேற கமெண்ட் குடுத்து இருக்காங்க...**

இது நல்ல விசயம் தானே... நீ பிரபலம் ஆயிட்ட ஆதித்யா (என் பெயர்). அப்படினு நீங்க நினைக்கலாம். ஆனால் அப்படி நடக்கலை... நான் இப்போ தண்டவாளத்தில் தலைவச்சு படுக்கப் போறேன்...ஏன்னு சொல்ல தெரியலை...

இன்னைக்கு காலையில் பள்ளிக்கு எப்போதும் போல் ஏற்காடு மாதிரி இருக்குற பரட்டை தலைமுடிய வச்சுக்கிட்டு ஆயிரம் கனவோடு பள்ளிக்கு போனேன். பையில் ஒரு ரோஸ், நைட் புள்ளா யோசிச்சு எழுதிய முதல் கவிதையை மனசில மனப்பாடம் செய்து வச்சு இருந்தேன்.

இந்த **சிடுமூஞ்சி சித்தப்புக்கு அரபிக்குத்து டான்ஸ் கேடகுதானு ஒரே ஒரு விமர்சனம்**

நேற்று வந்துச்சு. அதையே இன்று பள்ளியில் நான் காலையில் நுழைந்ததிலிருந்து எல்லாம் ஆசிரியர்களும் மாணவர்களும் என்னைப் பார்த்து கேட்டுக்கேட்டு, நான் பதில் சொல்லி பதில் சொல்லியே எனக்கு தொண்டைக்கட்டி இப்போ ரன் பட விவேக் மாதிரி காக்கா குரல்லா மாறிருச்சு.

இன்னைக்கு நான் போட்ட பிளான் எல்லாம் வீணாப் போச்சு, சந்திராவுக்கு ஐ லவ் யூ னு சொல்லி தான் என்னோட காதலை சொல்லனும் அப்படினு நினைச்சேன். மாயக்காரி ஏற்கனவே ஓரக்கண்ணால் பார்த்து நக்கல் அடிக்கும், பாசமா பார்க்குதா பாவமா பார்க்குதானு சத்தியமா தெரியாது. பொண்ணுங்க மனசு அம்பது கிமீ ஆழம் வேற...

ஆனால் இப்போ பள்ளியே சிடுமூஞ்சி சித்தப்புனு வேற சொல்லுது... போதும் டா சாமினு கிளம்பிட்டேன்....

இனி யாருக்கும் விமர்சனம் பண்ணும் போது பார்த்து பண்ணுங்க நண்பர்களே...

அடுத்தது தண்டவாளத்தில் என்ன நடக்கப்போகுது...? நல்லவேளை இன்னைக்கு ஒன்னும் நடக்காது, ரயில் தண்டவாளத்தில் வேலை நடக்குது. அம்மா கொடுத்த சாப்பாட்டை சாப்பிட்டுவிட்டு, மரத்தடியில் அசந்து தூங்குனா, அம்மா தேடிட்டு வருவாங்க, காதில் நாலு நல்ல வார்த்தை வாங்கிட்டு நடைய போடுவோம் மறுபடியும் வீட்டுக்கு.

என் அம்மாவுக்கு தெரியும் என்னைப் பற்றி என் காதலைப்பற்றி... சந்திரா மீண்டும் வருவாள்...

அம்மா இருக்குற வரைக்கும் யாரும் அனாதை இல்லை...

இனி என் பெற்றோரின் கனவை நிறைவேற்றப் போகிறேன்... பிறகு தான் காதலைப்பற்றி நினைக்கப்போகிறேன்!!!

*******முற்றும்******

9

சூப்பர் காம்பினேஷன்

சீ ஈஈஈஈ போடா...என்ற சொல்லுக்காக செத்து கிடக்கிறேன். எனக்கு மட்டும் ஆசையா என்ன?, இங்கே என்ன கொட்டியா கிடக்கிறது. வெட்ட வெயிலில் கொட்டும் வியர்வையில் தலையே வியர்வையால் குடை நனைத்து கொட்டும் மழையை போல் தவிக்கிறேன்.

நீ சாயங்காலம் மறந்திடாமல் போன் பண்ணுடி என்றான் கணேஷ் இழுத்த குரலில் ஏதோ இழந்தவனாய்.

சரிடா என்றாள், நீ சாப்பிட்டியா என்று நந்தினி கேட்கும்போதே கண்ணீர் துளிவந்து விட்டது கணேஷ்சிற்கு...

சாப்பிட்டேன்டி, நீ சாப்பிட்டியா எனும்போது உம் என்றாள்.

முதன்முதலா எனக்கு சொன்ன கவிதை சொல்லேன்...பிளிஸ் உன்னை ரொம்ப மிஸ்பண்ணுறேன்டா....

மறந்துபோச்சுடி....

நீயாடா மறக்குற ஆளு... உன்னை பத்தி தெரியும்... சொல்றா..

சரி... சரி... சொல்றேன்... நீ இடையில் ஏதும் பேசினா நான் மறந்துடுவேன்...

சரி.. சரிடா..நீ சொல்லு நான் பேசமாட்டேன்.

ம்...

சாலையில் தவறுதலாய்
விழுந்த பார்வையில்
சரிதானே என்பது போல்
திரும்பி பார்க்க வைத்தாய்;
திருப்பி பார்க்க
கிடைக்குமா அந்த
பார்வை என்று
ஏங்க வைத்தாய்;
காய்ச்சலுக்கு
வைத்தியம் பார்க்க தான்
மருத்துவமனை சென்றேன்;
மெய் மறந்து வீட்டுக்கே
சென்றேன்!!!
ஜுரத்தை காணவில்லை
என் அம்மா தேடினாள்;
நான் தேடியது
என்னை தொலைத்த
முதல் பார்வையை;
காய்ச்சலோடு அக்கினி
மழையில் நனைந்தேன்;
அதில் பூத்தது

அக்கினி நிலவு

அவள் பெயர்

ராங்கி நந்தினி...என்றதுமே

டேய்... மறந்துட்டேனு சொல்லிட்டு

அப்படியே ஒப்பிக்கிற...

மிஸ் யூ டா...ஐ வான்டு யூ பார்எவர்...

ஆர் யூ மிஸ் மீ...?

ஆமாம் டி நந்தினி...நீயில்லைனா நானில்லை. உனக்காக காத்திருக்கும் கதிரவன் நானடி. ஆனால் நீ எனக்காக பூத்திருக்கும் பூலோகமடி...

டேய்...இப்படியே பேசிகிட்டு இருந்தா பொழுதுவிடிஞ்சுரும்.

சரிடா... நாளைக்கு எங்க சிஸ்டருக்கு பிறந்த நாள், நான் போய் அதற்கு ஏற்ப்பாடு பண்ணணும்... காலையில் சீக்கிரம் எநதிரிக்கனும். இப்ப நான் தூங்க போறேன்.

சரி நந்தினி என்று கணேஷ் போன்னை வைத்ததுமே... இவள் இதயத்தில் ஏதோ இனம்புரியா வருத்தம் தவழ தொடங்கியது.

நாம என்ன பாவம் செய்தோம், என்னை எப்படி துரத்தி துரத்தி லவ் பண்ணுனான். இன்னைக்கு ஏன் வெளிநாடு போய் வேலைப்பார்க்குறான்..

உள்ளூரில் நல்ல வேலையில் தான் இருந்தான். அவனுக்கு ஒரு குடும்பம் இருக்கு. ஆசையாய் பார்த்துக்க தம்பி தங்கச்சி இருக்காங்க. ஏன் குடும்பத்தை விட்டு போய் இப்படி கஷடப்படுறான்.

வருங்கால மனைவிக்கு ஒரு சின்னதா ஒரு செய்தி மாதிரி சொல்லிட்டு, அங்கே இருந்த மிஸ் பண்ணுறேன் என்று வருத்தப்படுறான்.

ஏன் இப்படி முடிவெடுத்தான் என்று புரியாமல் தவித்தாள். ஆம்பளை மனசு பாவம், அவனுக்கு என்ன பிரச்சினையே, எங்கிட்ட சொல்லாமல் மறைக்கிறான்னா அவனுக்கு வேற ஏதோ பெரிய பிரச்சனையா இருக்கும்...

(மறுநாள் மாலை)

நந்தினி டீச்சர்..நந்தினி டீச்சர் என்ற சொல்லி கொண்டே இரு குழந்தைகள் அபியும் பாரிகாவும் ஓடி வந்து கால்லை கட்டிக்கொண்டு "ஹேப்பி பர்த்டே டீச்சர்" என்று ஓடி வந்த வேகத்தில் சில பூவின் இதழ்கள் தரையில் விழுந்தாலும் விழாமலே ஒற்றை ரோஜாவை கையில் பூவை ஏந்தி தரும் போது இவளது விடியலில் சூரியனே வாழ்த்தியதாய் உணர்ந்தாள்.

அடுத்தடுத்து சரவணனும் பொன்னியும் ஓடிவந்தார்கள்... டீச்சர் ஹேப்பி பர்த்டே டீச்சர் என்பது திக்கி திக்கி தன் மழலையில் வாழ்த்தினார்கள்...

அத்தனை குழந்தைகளையும் கட்டிக்கொண்டு கன்னத்தில் முத்தமிட்டு, ஆனந்த கண்ணீர் தரையில் விழாமல் பார்த்து கொண்டாள் நந்தினி.

இன்று எனக்கு பிறந்த நாள் என்பதையே மறந்திட்டேன். ஆசிரமத்து பிள்ளைகள் மறக்காமல் வாழ்த்திவிடுகிறது வருடா வருடம். இன்றோடு நான் இங்கு வந்து இருபத்தைந்து வருடம் ஆச்சு என்று மனதில் நினைத்து கொண்டாள்.

இன்று நிர்மலா சிஸ்டருக்கும் பிறந்த நாள் அவுங்கள பார்த்து ஆசிர்வாதம் வாங்கிட்டு இந்த கிப்டையும் கொடுக்கனும் என்று தன் கை பையில்

வைத்திருந்த கைகடிகாரத்தை எடுத்து கொண்டு விரைந்தாள் நிர்மலா ரூமிற்கு.

வாழ்த்துக்கள் சிஸ்டர். இனிய பிறந்த நாள் வாழ்த்துக்கள் சிஸ்டர் என்றதுமே, நிர்மலா சிஸ்டரும் நந்தினியின் நெற்றியில் முத்தமிட்டு,,உனக்கும் பர்த்டே விஸ்சஸ் மா என்ற அன்பு குரலில் சொல்லியதும் கண்ணீர் வடித்தாள் நந்தினி.

சிஸ்டர் நீங்கள் தான் எனக்கு அம்மா மாதிரி, கொஞ்சம் அழனும் போல் இருக்கு. உங்கள் மடியில் சாயந்து கொள்ளவா என்றதுமே...நீ எப்போதும் இப்படி இருக்க மாட்டியே என்னாச்சு மா? என்று வினவும் போதே...

இன்னைக்கு காலையில் கணேஷ்சோட அம்மா போன் பண்ணுனாங்க...என் அம்மா அப்பா பெயர் ஜாதி குல கேத்தரமும்னு நிறைய கேட்டாங்க... என்ன சொல்லுறதுனு தெரியலை... எங்கிட்ட பதில் இல்லை சிஸ்டர்.

அதான் உங்ககிட்ட கேட்கலாமுனு வந்தேன் சிஸ்டர்... இனி நான் யாருனு யார்கிட்ட கேட்பேன் சிஸ்டர். இந்த ஆசிரமத்திலே வளர்ந்துவந்தேன். நான் யாருனு உங்களுக்கு மட்டும் தான் தெரியும்.

எல்லோரையும் போல் நான் கடவுளின் பிள்ளை தானே சிஸ்டர் என்றதும்... நீ அனாதை இல்லம்மா. இந்த ஆசிரமத்தில் உன்னை

அம்மானு கூப்பிட இங்கு ஐம்பது பிள்ளைகள் இருக்கு. நீயும் என்னோட பிள்ளை தான்டா என்று தட்டிக்கொடுத்தார் சிஸ்டர் நிர்மலா.

காளனை விட கொடியது இந்த காதல்... என்று நந்தினி மனதில் நினைக்கும் போதே...

வாசல் காவலாளி ஆரேக்கியம் மழையில் நனைந்தவாறே வந்து, நந்தினியை பார்த்து அம்மா வாசலில் ஒருத்தர் உங்கள பார்க்கனும்னு மழையில் நனைஞ்சுகிட்டே நிக்கிறாரு... சீக்கிரம் வாங்கமா என்று சொல்லிவிட்டு ஆரேக்கியம் நகரும் போதே...

துடைக்காத கண்ணீரோடு விரைகிறாள்... வாசலில் நின்றது கணேஷ்... மண்டியிட்டு மன்னிப்பாய்யா நந்தினி என்றதும்...மழை நனைத்து அவளது சோக கண்ணீர் தொலைந்தது....

கணேஷ்சின் பின்னால் நின்ற ஆட்டோவில் இருந்து மழையை மறைத்த துணி விலகியதும், எட்டிப்பார்த்தது புன்னகையோடு இவன் பெற்றோர்கள்..

மழையும் சிரித்தது... இவளும் சிரித்தாள்...

உண்மை காதல் வாழும்... தேடி வரும்

10

ஜன்னல் ஓரப் பூங்குயிலே

யாரென்று தெரியவில்லை. தூக்கத்தை கெடுத்துவிட்டான். நடுநிசியாக போகுது, நாலைந்து நாட்களாய் இதே தொல்லை இப்படியே போனால் என்ன செய்வது, ஒவ்வொரு இரவும் பத்து தடவைக்கு மேல் போன் செய்துவிட்டேன், எடுக்கவே மாட்டேங்கிறான். அவன் மட்டும் சுகமாக தூங்கிறானா? மின்சார துறையே இப்படித்தான் சலித்துக்கொண்டே ஏசினார் ராசு தாத்தா.

மரணிக்கும் புயல் காற்றோடு மழையும் வெளியில் விலாசிக் கொண்டிருக்கிறது. காற்றும் காரணமில்லாமல் கதவை தட்டுகிறது. ஜன்னலை திறந்தால் காற்றின் தடால்படால் சத்தம் கேட்கிறது. வர்ண பகவான் வாய் திறந்து இன்று தான் உரக்க பேசுகிறனோ?

இந்த நேரம் பார்த்து மின்சாரம் இல்லை, மெழுகுவர்த்தி எங்கே இருக்குனு தெரியலையை என்று முணங்கி கொண்டே, தேடியெடுத்த மெழுகுவர்த்தியை பத்த வைத்து ஒளியேற்றினார்.

வீட்டுல இருக்குற சம்சாரம் சாவித்திரி சுகர் பேஸண்ட், இவளுக்கு மாத்திரை மருந்து

வாங்க, பேரப்பிள்ளை அர்ஜுன் மெடிக்கலுக்கு போன நேரம் பார்த்தா மழையடிக்கும். மகன் ஆதித்யா மருமகள் நித்திலாவும், வெளிநாட்டில் இருக்குறங்க.

இப்பதான் பேரப்பிள்ளை பதினோராம் வகுப்பு படிக்கிறான். மகனுக்கு போன வருஷம் தான் ஆபிசில் பின்லாந்து நாட்டுக்கு டிரான்ஸ்பர் கொடுத்து இருக்காங்கனு, அவனும் போகும்போது பொண்டாட்டிய கூட்டிட்டு போயிட்டான். அர்ஜுன் நல்லா துடுப்பானவன், எப்படியும் பத்திரமாக வீடு திரும்பி வந்திடுவான். ஆனாலும் அவன் மெடிக்கலுக்கு போய், ஒருமணி நேரமாச்சு. எப்ப போனாலும் அரைமணி நேரத்தில் வந்திடுவான். இன்னைக்கு இன்னும் வரலை.

மெயின் ரோட்டில் தான் மெடிக்கல் இருக்கு. மழை பெய்தாலே மண் தரை ரோடும் சேறும்சகதியுமாய் மாறிவிடும். கருப்பா பேரபிள்ளை பத்திரமா வரனும் என்று குலசாமியிடம் வேண்டிக் கொண்டார் ராசு தாத்தா.

சாவித்திரி ரிட்டயரான தலைமை ஆசிரியை, கொஞ்ச நாளா சுகர் பிரச்சினையில் சிக்கிட்டா, பிள்ளை பாரின் போனதற்கு பிறகு இவளும் ஆரோக்கியமா இல்லை.

சிறிது நேரத்தில், ராசு தாத்தாவின் போன் ஒலித்தது, கையில் எடுத்தவர் ஹலோ எனும்போது, மறுமுனையில் அர்ஜுன் பேசுறேன் தாத்தா, மழை விடாமல் பெய்கிறது, மருந்தும் மாத்திரையும் வாங்கிவிட்டேன், வாஸன் மெடிக்கல் பக்கத்திலேயே நிக்கிறேன், கடையை சாத்திட்டு கடைக்காரர்களும் கிளம்பிட்டாங்க.

ஆனால் இங்கே ஒரு மின்சார கம்பம் சாயந்து சாலையோரம் ஓடும் மழை தண்ணிரில் கிடக்குது. மின்சார வாரியத்துக்கு அவசர உதவி நம்பருக்கு போன் டயல் செய்தும் பார்த்தேன், யாரும் போனை எடுக்கலை.

அதுவும் இப்போ ஊரு முழுக்க மின்சாரம் இல்லை. திடிரென்று கரண்ட் வந்துட்டா ஏதாவது விபரிதம் ஆகிடும், அதான் இந்த பக்கம் கம்பி அறுந்து விழுந்து கிடப்பது தெரியாமல், யாரும் போகவிடாமல் பார்த்துக்கிட்டு இருக்கிறேன் தாத்தா என்று அர்ஜுன் சொல்லி முடிக்கும் முன்னே, பேராண்டி பக்கத்தில் தானே வசந்திரமா அத்தை வீடும் இருக்கு.

நான் உன் அத்தைக்கு போன் பண்ணுறேன், நீ அங்கே கொஞ்சம் நேரம் தங்கிட்டு, ரகு மாமாக்கிட்ட சொல்லிட்டு, நீ கிளம்பி வாப்பா, நீ சின்னப்பிள்ளை மழையால பாதை தெரியாமல், மேடுபள்ளம் தெரியாமல் விழந்திடப்போறே,

மழையில ஏதும் நனைஞ்சிட்டியா?

ஆமாம் தாத்தா கொஞ்சம் சாரல் மழையில் லேசா நனைஞ்சுட்டேன்.

நீங்கள் பயப்படாதிங்க தாத்தா, நான் ரொம்ப சின்னப் பையன் இல்லை.

என்னப்பா காய்ச்சல் ஏதும் குளிர் நடுக்கத்தில் வந்திடப்போகுது, அப்புறம் உங்கப்பனுக்கு தெரிஞ்சா என்னை திட்டுவான். பாட்டி வேற பதற்றத்திலே உட்கார்ந்து இருக்கா, நீ பத்திரமா வந்தா போதும்.

சரிங்க தாத்தா, நான் பார்த்துக்கிறேன், கொஞ்ச நேரத்தில் வந்துவிடுவேன்.

அர்ஜுனுக்கு சட்டென்று மனதில் தோன்றியது, தன்னிடம் இருந்த சைக்கிளை ரோட்டின் நெடுவாக்கில் நிப்பாட்டினான். பிறகு மழையில் நனைந்தவாறே, தனது செல்போனில் வீடியோ எடுத்து, தனது வாட்ஸ்ஆப் மற்றும் முகப்புத்தகத்தில் பதிவிட்டு, இந்த தகவலை உடனடியாக சம்பந்தப்பட்ட நிலையத்திற்கு தகவல் தெரிவிக்கும் படி குறிப்பிட்டவுடனே, தகவல் மாறிமாறி தக்க சமயத்தில், அது சேர வேண்டிய துறைக்கு சென்றது.

அதே நேரம், விரித்த குடையோடு ரகு மாமா, வந்து என்ன அர்ஜுன் நீ ஏன்பா ராத்திரி நேரத்தில் இவ்வளவு தூரம் மருந்து வாங்க மழைநேரத்தில் வந்திருக்க, எனக்கு போன் பண்ணியிருந்தால் நானாவது வாங்கி தந்திருப்பேன் என்றார்.

இல்லை மாமா எனும் போது, அர்ஜுன் உடல் நடுங்குவதை கவனித்தார். ரகு அர்ஜுனை வீட்டுக்கு வா என்று அழைக்கும் போதே, மின்சார துறையில் இருந்து பணியாட்கள் விரைந்து வந்துவிட்டனர்.

அவர்களிடம் மின்சார கம்பி சாய்ந்த இடத்தை காட்டிவிட்டு, தன் சைக்கிளை எடுத்துக்கொண்டு தன் மாமா வீட்டிற்கு விருப்பம் இல்லாமலே கிளம்பினான். வேறு வழியும் இல்லை, மாமாவின் பாசத்தில் மறுப்பு தெரிவிக்க முடியாமல், சிறிது தூரத்தில் இருந்த வீட்டின் வாசலில் நுழையும் போது,

எதிர்பாராத மின்னல் ஒளி

ஜன்னலின் வழியே ஜாடையாக

பார்த்தும் பார்க்காதது

போல் யாரென்பது போல்

ஏதேசைப் பார்வை

அர்ஜுன் மீது அம்பாக பாயந்தது;

பாட்டிக்கு வாங்கிய

மருந்து இவனுக்கு தான் வேண்டும் போலே, பட்டாம்பூச்சி பார்வையில்

பட்டென்று விழுந்துவிட்டான்.

ஈரம் நனைத்ததை விட ஈரப் பார்வை

சிலிர்க்க வைத்துவிட்டது.

மாதங்கி அர்ஜுனுக்கு தலை துவட்ட துண்டு கொண்டு வாம்மா என்றவாறே, உள்ளே வா அர்ஜுன் என்ற அத்தையின் சத்தம் ஒலிக்க, நல்லா இருக்கிங்களா அத்தை என்ற பதில் கேள்வியில்

ஜன்னல் ஓரப் பூங்குயில் மாதங்கியின் மனதில் உட்கார்ந்து கொண்டான்.

அவசர அவசரமாக கொண்டு வந்த துண்டை கைநீட்டி கொடுக்கும் போதே,

நனைந்த தேகத்திற்கு மாற்று ஆடை இல்லாததால், மாதங்கியின் டீ-ஷாட் தந்து மாற்றிக்கொள் அர்ஜுன், இது மாதங்கியின் புது டீ-ஷாட் தான், உனக்கு மாமா டிரஸ் பெரிசா இருக்கும், அதான் இவளோடத பயன்படுத்திகோ, இவளுக்கு அடுத்த வாரம் தான் பிறந்த நாள் வருது, அப்போ வேற வாங்கிக்கலாம்.

அத்தை குடும்பமென்றால் அர்ஜுனுக்கு அவ்வளவு பிரியம் கிடைக்கும், அத்தை வசந்திரமா அப்பாவின் தங்கை, அதனால்

இயற்கையாகவே அர்ஜுன் என்றாலே மிகவும் பிரியம் காட்டுவாள். அத்தையின் அளவுக்கடந்த பாசத்திற்கு பயந்து தான் அத்தை வீட்டு பக்கம் இவன் வருவதில்லை.

ஆசையோடு வாங்கி கொண்டு, மாமாவின் சாட்ஸ் மற்றும் மாதங்கியின் டி-ஷாட் அணிந்து, அதன்பின் இரவு சாப்பாட்டிற்கு தயார் செய்து மிஞ்சிய அரிசி மாவில், அத்தையின் தோசையை சுவைத்து முடிக்கும் வரை, மாதங்கியும் உறங்காமல் உற்றுஉற்று பார்த்துக் கொண்டே, இவனோடு கண்ணோடு பேசினால்.

அத்தையோடு பேசும் போதே, அத்தைமகளும் இடைஇடையே,

அவ்வப்போதே ஒரு மெல்லிய புன்னகையோடு சில செல்ல வார்த்தைகள் பேசிபேசியே, செல்போன் எண்ணும் பரிமாறும் அளவிற்கு சிநேகிதமும் அறிமுகம் கிடைத்துவிட்டது.

அங்கே அத்தை வீட்டில் இரவு தங்கி நன்றாக உறங்கிவிட்டு, காலையில் காபி தண்ணீர் குடித்துவிட்டு, அத்தனை பேரிடமும் சொல்லிவிட்டு கிளம்பினான். அத்தையும் மாதங்கியும் வாசல் வரை வந்து வழியனுப்பி வைத்தார்கள்.

அவசர அவசரமாக சைக்கிளை எடுத்து கொண்டு அந்த சாலை வழியே திரும்பி வீட்டுக்கு கிளம்பினான். சாயந்த மின்கம்பம் நிமிர்ந்து நின்றது, சிரித்துவிட்டு மின்கம்பத்திற்கும் நன்றியை சொல்லிவிட்டு, ஏதோ கிடைத்தவன் போல் கிளம்பினான்.

வீட்டில் நுழைந்ததுமே, பேராண்டி வாடா வாடா, அத்தை நல்லா பார்த்துகிட்டாளா, மாமா நல்லா பேசுனாரா, மாதங்கி எப்படியிருக்கா? இப்படி அடுக்கடுக்காய் கேள்வியை கேட்டாள் சாவித்திரி பாட்டியும், எல்லாரும் நல்லா பார்த்துகிட்டாங்க. அத்தை பொண்ணும் நல்லா பேசுனுச்சு, நான் அணிந்திருக்கும், டீ-ஷர்ட் அவளோடது தான். இந்தாங்க பாட்டி மருந்து, காலையில மறக்காமல் சாப்பிடுங்க.

அப்படியே அவன் அப்பனே போலே தங்கமான குணம், எவ்வளவு பாசம் பேராண்டிக்கு எம்மேலே என்று தனக்கு தானே மனதில் சொல்லி மகிழ்ந்து கொண்டாள் பாட்டியும்.

பாட்டி, தாத்தா எங்கே...?

காலையிலே உங்கப்பன கிட்ட வீடியோ காலில் பேசிக்கிட்டு இருந்தாரு, இப்போ பக்கத்தில் இருக்கும் இப்ராஹீம் பார்க் வரைக்கும் வாக்கிங் போய் இருக்காரு.

அப்பா ஏதாவது சொன்னாரா?, நான் அத்தை வீட்டில் தங்கியிருந்த விசயத்தை சொன்னிங்களா?

உன் தாத்தாவை பத்தி உனக்கு தெரியாதா? உன் அப்பன்கிட்ட ஒரு மணி நேரமாவது பேசுவாருனு. நீ போன விசயத்தையும் நடந்த சம்பவத்தையும் ஒன்னும் மிச்சமில்லாமல் சொல்லியிருப்பாரு. எனக்கும் காதில் விழுந்தது பேசும் போது.

சரி பேராண்டி, நான் சுடு தண்ணீர் போடுறன், குளிச்சிட்டு வா. தாத்தாவும் வந்திடுவாரு. உன்

அப்பன் நீ வீட்டுக்கு வந்தவுடனே உனக்கு வீடியோ கால் பண்ணுறேனு சொன்னான்.

சரி பாட்டி, நான் குளிச்சிட்டு வரேன்.

(ஒரு மணிநேரம் கழித்து)

ஆதித்யா போன்கால் அர்ஜுனை அழைத்தது, அதேவேளையில் வாக்கிங் சென்ற தாத்தா செய்திதாளோடு வீட்டிற்கு நுழைகிறார்.

அழைத்த வீடியோ கால்லை எடுத்து, ஹலோ அப்பா என்றதுமே, உங்கிட்ட ஒன்னு கேட்கனும்...

சொல் அர்ஜுன்,

அம்மாவும் பக்கத்தில் இருக்காங்களா?

பக்கத்தில் தான் இருக்கா...

அப்பா, இந்த ஊருக்கே வந்துடுங்க, நேற்றிரவு பெய்த மழையில், எனக்கே தாத்தா பாட்டியை விட்டுட்டு கொஞ்சம் நேரம் தனியாக இருக்க முடியலை,

நீங்கள் எப்படிப்பா தாத்தா பாட்டி அத்தை மாமா எல்லோரையும் விட்டுவிட்டு வெளிநாட்டில் போய் இருக்கிங்க...

அது வந்து என்று... இழுத்த வாறே... பதில் சொல்ல இயலாமல் தவித்த அப்பா ஆதித்யா மற்றும் அம்மா நித்திலா கண்கள் கலங்கும் போதே, அருகில் நின்ற தாத்தாவும் பாட்டியும், பேரனை கட்டியணைத்து கொண்டனர். இப்படியொரு பாசப்பிள்ளையை பெத்ததுக்கு நீ பெருமைப்படனும் ஆதித்யா.

புரியுதுப்பா, இன்னும் ஒரு வருஷசத்தில் நான் பார்த்துக்கிட்டு இருக்குற, இந்த புராஜெக்ட்

முடிந்துவிடும், எனக்கும் ஊரிலே தான் இருக்கனும்னு ஆசை தான். அங்கேயே உள்ள எங்க கம்பெனியில் டிரான்ஸ்பர் வாங்கிட்டு திரும்ப வந்திடுவேன். அது இருக்கட்டும் அத்தை வீட்டுக்கு போனவுடனே என்னடா திடிர் மாற்றம்.

சொல்ல தெரியாத வெட்கத்தில் தடுமாறிவிட்டு, அதலாம் இல்லைப்பா, உங்களையும் அம்மாவையும் மிஸ் பண்ணுறேன், நீங்க எங்க கூடவே இருந்தா நல்லாயிருக்கும்.

சரி சரி... உங்கப்பன கிடக்குறான்...அதை விடு... இந்தா வாயில ஸ்விட்டை போடு என்று ராசு தாத்தா, அர்ஜுன் வாயில் வாங்கி வந்த ஸ்வீட்டை ஊட்டி விட்டார்.

ஏன் தாத்தா, இந்த ஸ்வீட் என்றதுமே, இந்த செய்தித்தாளை வாசித்துப்பார் உனக்கு புரியும். உன் மாமன் ரகு தான், எனக்கு இந்த செய்தி வந்திருக்குனு சொன்னான். அதான் நான் இந்த தினத்தந்தி செய்தித்தாளை வாங்கிட்டு வந்தேன்.

சரியான நேரத்தில் தகவல் தந்து பல பேரோட உயிரை காப்பாத்தி இருக்கேனு, நம்ம மாவட்ட கலெக்டர் பாராட்டி இருக்கார். இந்த வீடியோ எடுத்தது யாருனு விசாரிக்கும் போது, சாலையில் இருந்து நீயும் மாமாவும் வீட்டுக்கு போனக் காட்சி பதிவாகி இருக்கு, அதை தொடர்ந்து விடியற்காலையில் அவசர செய்தியில் உன்னைப் பற்றி குறிப்பிட்டு பாராட்டி செய்தி வந்திருக்கு என்றார் ராசு தாத்தா.

கண்ணில் நின்ற கண்ணீர் ஆதித்யா நித்திலாவின் இருவரின் முகத்தையும்

ஈரமாக்கியது. ஆனந்தத்தில் பாட்டியின் சுகரும் பாதி கண்ணிரில் கரைந்து, ஆனந்தம் பொங்கியது.

எல்லாம் ஜன்னல் ஓரப் பூங்குயில் வீட்டுப்பாசம் தான் காரணமென்று அர்ஜுன் மனதும் அசைப்போட்டது.

*******முற்றும்******

11

சிகப்பு ரோஜா பூத்திருக்கு

ஏற்கனவே நொந்து போயிருக்கேன் கந்துவட்டியை திருப்பி கேட்பது போலவே என்னாச்சு என்னாச்சுனு நச்சரிக்காத. உனக்கு ஏதாவது தெரியனும்னா, கொஞ்ச நேரம் கழித்து வா... சொல்லி தொலையுறேன். தனியா கொஞ்சம் நேரம் நிம்மதியாய் இருக்கவிடும்மா என்று கோபத்தில் கத்தினான்....சிவன்.

சரி உன் இஷ்டப்படி தனியா இரு...ஆனால் சாப்பிட்டு விட்டு போ. சாப்பாடு போட்டு அரைமணி நேரம் ஆச்சு. அப்பாவும் சாப்பிடலை. உனக்காக காத்திருக்கிறார்.

ஆடிமாதம் அம்மாவுட்டுக்கு போன உன் பொண்டாட்டி போன் பண்ணலையா? அவள விட்டுட்டு உன்னால இருக்கமுடியாதே. இருபத்தஞ்சு வருஷம்மா உன்னை வளர்த்திருக்கேன் என்றாள் அம்மா மீனாட்சி.

யம்மா..யம்மா சும்மா நீயே ஏதும் கற்பனை பண்ணி நினைச்சுகிட்டு இருக்காதே.

இப்ப தான் பார்வதிக்கிட்ட பேசுனேன். அவ சாப்பிட்டுவிட்டு.

அப்புறம் அவ தூங்கவும் போயிட்டாளாம். நான் இரண்டு நிமிடத்தில் சாப்பிட வர்றேன் போம்மா.

சரி வா என்று சொல்லி விட்டு கிளம்பினாள் அம்மா மீனாட்சி சிவனின் அறையை விட்டு.

டைனிங் டேபிளில் சிவன், அப்பா மற்றும் மீனாட்சியும் சாப்பிட அமர்ந்தார்கள்.

அப்பா லிங்கேஷ் சிவனிடம் ஏன் இன்னைக்கு வருத்தத்தில் இருக்கிற? இப்ப தான் அம்மா சொன்னா நீ வருத்தத்தில் இருக்கனு. சொன்னா பாரம் குறையும், அப்படியே ஏதாவது பிரச்சினை இருந்தாலும் சரி செய்து கொள்ளலாம்,

கொஞ்சம் உட்கார்ந்து பேசினால் சரியாகாத பிரச்சினைனு ஒன்னு இருக்கவே முடியாது என்றார்.

அதெல்லாம் ஒன்னும் இல்லை, இன்னைக்கு காலையில் அம்பிகாவதி நகை அடகு கடையில் என் ஆபிஸ் பிரண்ட் குமார் உங்கள பார்த்தா சொன்னான்.

உங்களுக்கு பணம் தேவைன்னா எங்கிட்ட கேட்டு இருக்கலாம் என்றான் சிவன் தன் அப்பாவிடம்.

இதை எதிர்பாராத அப்பா லிங்கேஷ், சட்டென்று தடுமாறி கொண்டே,

நான் ஒன்றும் அடகு கடைக்குகெல்லாம் போகலையே, குமாரு வேறுயாரையாவது பார்த்திருப்பான் என்றார். இப்ப தான் பீரோ திறந்து பார்த்தேன். இன்னைக்கு ஐம்பதாயிரம் ரூபாய்க்கு நகை அடகு வச்சிருக்கிங்க. காலையில் அம்மா

போட்டுருந்த கல்யாண வலையல் இப்ப அவுங்க கையில்ல வேற இல்ல. எதுக்கு அவ்வளவு பணம் இப்பதேவை. அடகு கடையில் வட்டி வேற அதிகம்.

எனக்கு நேத்து தான் சம்பளம் போட்டாங்க. நான் கொடுத்து இருப்பேன், எங்கிட்ட இல்லாட்டி யாருகிட்டயாவது கைமார்த்தா வாங்கியாவது கொடுத்திருப்பேன். ஆனால் எங்கிட்ட பொய் சொல்லுரிங்க,

அதுவும் இல்லாமல் நீங்களும் அம்மாவும் எதையோ மறைக்கிறிங்க என்றான் சிவன் கண்கலங்கிய வாறே.

உடனே மீனாட்சி, இதுக்கெல்லாமா வருத்தப்படுவ, நல்ல விசயத்திற்காக தான் நகையை அடகு வச்சோம். ஒவ்வொரு தடவையும் நீ மனைவி பார்வதியோட வெளியில் போகும் போது நடந்தே போறிங்க, இல்லாட்டி பஸ்ல போகவேண்டிதா, இருக்கு. அதுக்கு தான் உனக்கு பைக் வாங்கி தரலாம்னு நாங்க முடிவு பண்ணுனோம்.

அதுக்கு ஏம்மா உங்க நகையை அடகு வச்சிங்க. நான் பைக் லோன்

போட்டாவது வாங்கிருப்பேன், அதே நேரம் இவ்வளவு அவசரமா பைக் அவசியமா? என்றான் சிவன்.

பதிலுக்கு அப்பா ஏற்கனவே நீ உன் கல்யாணத்துக்கு வாங்கின கடனை கட்டிக்கிட்டு இருக்க, பத்தாததுக்கு இந்த வீட்டு லோன் வேற. அது பரவாயில்லை.

பார்வதி உன்னை முழுசா புரிஞ்சுகிட்டு நல்லா பாத்துக்குறா. எங்களையும் அவ அம்மா அப்பா மாதிரியே கவனிச்சுக்குறா. அவளுக்கு இதுவரைக்கும் எதுவும் வாங்கி தரலை. உன்னை நம்பி வந்த பொண்ணு வேற, நம்பளும் அவளை நல்லா பார்த்துக்கனும் தானே என்று மீனாட்சி சொன்னதும்,

அம்மா அப்பா பாசத்தில் அழதுவிட்டான் சிவன்.

இன்னும் ரெண்டு நாளில் பைக் வந்திடும், மூன்றாவது

நாள் ஆடி மாசத்துக்கு போன பார்வதியை அவ வீட்டுக்கு பைக்கில போயி, ஆடிப்பெருக்கை முடிச்சுட்டு பார்வதியை கூட்டிட்டு வந்துடு என்றாள் மீனாட்சி.

சிவா பைக்மேட்டரை சர்பரைஸ்சா வச்சுக்கோ, பைக் வாங்குனதுக்கு அப்புறம் சொல்லிக்கலாம் என்றார் லிங்கேஷ்.

நீண்ட நேரம் அப்படியே பேசிக்கொண்டு மூவரும் சாப்பிட்டு விட்டு கைகழுவ சென்றார்கள்.

அம்மா மற்றும் அப்பாவின் பாசத்தை புரிந்துகொள்ளாமல் சிறுபிள்ளையாகவே இருக்கிறோமே என்று வருந்தினான் சிவன்.

சிவா இப்ப போயி படுத்து தூங்கு, நீ பாட்டுக்கு **மின்னல்கள் கூத்தாடும் மழைகாலம்** என்று பாடிக்கிட்டு டிரிம்ல இருக்காதே என்றாள் மீனாட்சி.

சிவன் பதிலுக்கு **அம்மானா சும்மா இல்லைடா என்ற பாடலை கிண்டலாக**

பாடியவாறே தன் படுக்கை அறைக்கு சென்றான்.

படுக்கை அறைக்கு சென்றவன் உட்கார்ந்து யோசிச்சான், பார்வதி திருமணமாகி இந்த வீட்டுக்கு வந்து இரண்டு மாசம் கூட ஆகலை, ஆனால் இவங்க மாறி மாறி காட்டிக்கிற அன்பை பார்த்தா ஏதோ அதிசயம் நடந்து இருக்குமோ? என்று தனக்கு தானே கேள்வி கேட்டு கொண்டான்.

மாயக்கன்னியா அவள், பேச்சில்லே சிலிர்க்க வைப்பாள்.

எனக்கு பொருத்தமான சிவத்த குட்டி, அன்பா பேசினால் அப்படியே ஒட்டிக்குவா, காந்தப்பார்வைக்காரி, கணக்கில்லா பாசக்காரி

சிரிச்ச முகம், சிரிச்சா கண்ணத்துல விழும் குழி... அப்புறம் யாருக்குத்தான் பிடிக்காது என்று நினைத்தவாறே உறங்கிவிட்டான் சிவன்.

(சிவனுக்கே தெரியாத ஒன்று உண்டு என்பது பார்வதிக்கு மட்டும் தெரியும் என்பது சிவனுக்கு தெரியாது)

விடியற்காலையில் எழுந்தவனுக்கு அதிசயம், வீட்டு வாசலில் வைத்த ரோஜா செடி முதல் தடவையாக பூத்திருந்தது. அதுவும் சிகப்பு வண்ணத்தில்.

பார்வதிக்கு சிகப்பு என்றால் அவ்வளவு இஷ்டம்.வீட்டுக்கு வந்ததில் இருந்தே

இந்த ரோஜா செடிகளுக்கு தினமும் தண்ணீர் ஊற்றியது பார்வதி.

சிவனுக்கோ மனதுக்குள் ஆனந்த தாண்டவம், உடனே செல்போனை தட்டினான்

அவன் இஷ்டதேவதை பார்வதிக்கு. பூ பூத்த சந்தோஷத்தை

பகிரலாம் என்றிருந்தவனுக்கு, பார்வதி வைத்தாள் டிவிஸ்ட், என்ன மாமா இன்னைக்கு சிகப்பு ரோஜா பூத்திருச்சா என்றாள்.

உனக்கு எப்படி தெரியும் என்றான் பார்வதி.

மாமாவும் அத்தையும் ஏற்கனவே போன் பண்ணி சொல்லிட்டாங்க.

நீங்கள் **சூரியன் வரவரைக்கும் தூங்கிகிட்டு இருந்திங்களா** மாமா என்றாள்.

இப்ப தானே மணி ஏழே ஆகுது. இதுக்கு முன்னாடியே கோழியும் சேவலும் கூவிருச்சா என்றான் சிவன்.

எப்பவுமே அத்தை காலையிலே போன் பண்ணி பேசுவாங்க,

ஆனால் இன்னைக்கு நான் தான் மாமா போன் அடிச்சேன் உங்கிட்ட பேசலானு, நீங்க தூங்கிகிட்டு இருந்ததா சொன்னாங்க.

என்னடி செல்லக்குட்டி சொல் என்றான். உங்கள பார்க்கனும் போல இருக்கு என்றாள் பார்வதி.

சரிடி வர்றேன், ஆனால் நாளைக்கு தான் ஆடி பெருக்காச்சே, நாளைக்கு சாயங்காலம் தான் இங்கே நீ வந்திருவ்வியே அப்புறம் என்ன என்றான் சிவன்.

உங்களை ரொம்ப மிஸ் பண்ணுறேன் மாமா என்றாள் பார்வதி.

ஐ லவ் யூ டீ பார்வதி என்றான் சிவன்.

ச்சு...ச்சு..ச்சு என்று செல்போன் நனையும் படி முத்தம் கொடுத்து விட்டு, செல்லமாய் சின்ன பை சொல்லிவிட்டு போனை வைத்துவிட்டான்.

(அடுத்த பல்பிற்காக காத்திருந்தான் சிவன்)

அம்மா பசிக்குது டிபன் ரெடியா என்றான் சிவன்.

சிவா இன்னைக்கு உனக்கு இரண்டு நாள் லீவு வேணும்னு, உன் பிரண்டு குமாருக்குகிட்ட சொல்லி. உன்னோட பாஸ் ரூபேஷ் கிட்டேயும் சொல்லியாச்சு. நீ போய்யி பார்வதியை பார்த்து விட்டு, நாளைக்கு வரும்போது அவளையும் கூட்டிட்டு வா. நீ போகும்போது இந்த செடியில பூத்த ரோஜாவை, அவள் தலையில நீயே வச்சுவிடு என்றாள் மீனாட்சி.

அம்மா இந்த பூவை சாமிக்கிட்ட வைக்க வேண்டியதுதானே.

அடுத்த பூ பூத்தா அவளிடம் கொடுக்கலாமே என்றான் சிவன்.

சாமிக்கு வைக்கிற பூவும் வீட்டு மருமகள் தலையில் பூத்தா ரொம்ப அழகா இருக்கும், அவளே வச்சுக்கட்டும்டா என்றாள் மீனாட்சி.

சரிமா என்றவன், காலை உணவை முடித்துவிட்டு ஊருக்கு கிளம்ப தயாரானான் சிவன்.

ஊருக்கு போய் உன் பொண்டாட்டிய பார்த்தவுடனே எங்களை மறந்துவிடாதே.

அப்பாதான் உன் பாஸ்க்கு மெசேஜ் அனுப்புனாரு நீ அனுப்புவதுபோல். ஆடிபெருக்குனு

சொல்லி தான் லீவு கேட்டு அனுப்பி இருக்காரு. நீ ஒன்னும் பதற வேணாம்.

இங்கே எல்லாத்துக்கும் என்னமோ ஆச்சு இன்னைக்கு, நாளைக்கு உங்க மருமகள் தானே வரப்போறா, கலெக்டரா வரப்போறாரு என்றான் சிவன்.

உனக்கு இதெல்லாம் புரியாது, போய் மருமகள கூட்டிட்டு வா என்றாள் மீனாட்சி அன்புகலந்த அதட்டலில்.

மீண்டும் ஒருமுறை சரிம்மா சரிம்மா என்றான் சிவன்.

என்னாடா இது, **வீட்டுக்குள்ளேயே கூட்டுசதியா இருக்கு** என்று மனதுக்குள்ளே கேள்வி கேட்டுக்கொண்டான் சிவன்.

சிவன் கிளம்பி விட்டான் ஒரு நாள் முன்னதாகவே, பைக் நாளைக்கு வீட்டுக்கு வரும் என்று நினைத்து கொண்டு, அவன் பேருந்தில் பயணம் செய்தான் பார்வதியின் அம்மா வீட்டிற்கு.

பேருந்தும் அவளின் ஊருக்கு வந்தடைந்தது. அவளின் ஊருக்குள் காலடி வைத்ததும் இவன் மனம் சிறகடித்தது. இது இந்த சிவனுக்கு உகர்ந்த நாள் என்று புரிந்து கொண்டு பார்வதியின் வீட்டு வாசலை அடைந்தான்.

இவனை தேடும் கண்களை தேடினான், அவள் நேர்கொண்ட பார்வைக்குள்

புதைந்த புன்னகையில் ஒருமாத பிரிவினை உணர்த்தினான்

சிவன். **முகவரி தந்தவனின் முதல் பார்வை இது தானோ?** என்று நினைத்தால்

பார்வதியும், ஒரு யுகம் பிரிந்தவர்கள் பின் மீண்டும் சந்தித்தவர்கள் போல் பெரும் தவிப்பை உணர்த்தினர்

இருவரும் ஒருமித்த பார்வையில்.

பிரிவுக்குள் இருந்து வந்த அடிமனசு காதல் கொழுந்துவிட்டு

பூ பூத்து காய்த்து கொண்டிருந்தது இருவருக்குள்ளும் அந்த சில நொடிகளில்.

பார்வதியின் வீட்டுக்குள் நுழைந்தவுடனே அக்கம்பக்கம்

சொந்தம் பந்த உறவினர்கள் எல்லாம் நலம் விசாரித்து கொண்டே நேரமும்கடந்தது. கொடுத்த குளிர்பானத்தை கூட முழுசாய் குடிக்க நேரமில்லை சிவனுக்கு.

அறக்கபறக்க தடபுடல்லாய் மதிய உணவும் தயாரானது.

பார்வதியும் ஒரு நிமிடம் கூட உட்காரவில்லை எல்லாம் வேலையையும் இழுத்துப்போட்டு அவள் தன் அம்மாவுக்கு ஒத்தாசையாய் இருந்தாள்.

விருந்தும் தயாரானது.

பிறகுதான் பார்வதி தன் கணவனின் தவிப்பை புரிந்து கொண்டு அறைக்குள் அழைத்துவந்து மாற்று ஆடைகளை எடுத்து தந்தாள்.

ஏன்டி இவ்வளவு நேரமா இருக்குறேன், புருசனை கொஞ்சம் கூட கண்டுக்க மாட்ற என்றான் சிவன் பார்வதியிடம்..

மாமா, பஞ்சு மிட்டாய்க்கு தவித்த குழந்தை மாதிரி இருந்துச்சு, உங்க முகம் கொஞ்சம்

நேரத்துக்கு முன்னாடி வரைக்கும், இதுக்கு மேல விட்டா பாவம் புருஷன்னு வந்தேன், கோபம்மா இருந்தா சொல்லுங்க மாமா ரூமைவிட்டு போறேன் என்றாள பார்வதி.

அய்அய்யோ..அப்படிலாம் இல்லை என்றான் சிவன்.

கெஞ்சியும் கொஞ்சியும் கொஞ்சம் நேரம் கழித்தனர்

இருவரும் தனிமையில். கொண்டு வந்த பூவை அவள் தலையில் சூடினான்,

மெல்ல மலரும் பூவாய் அவள் மலர, அவளுக்குள்ளே சிவன் புதைத்தான்,

முழுதாய் காதல்தீ மலர்ந்தது. நிறைவாய் மதியவிருந்தும் முடிந்தது.

மாலைபொழுது வருவதற்கு முன்பே சிவனின் அப்பா வாங்கிய பைக்கும் வந்து நின்றது பார்வதியின் வீட்டுவாசலில்...

இது ஆனந்தமாய் இருந்தாலும், இங்க வந்து நிப்பாட்டியது யார் என்று நினைத்து கொண்டிருக்கும் போதே, அப்பாவின் நெருங்கிய நண்பர் கணபதிராஜ் சிரித்தப்படியே எப்படி இருக்க சிவன் என்று சொல்லியவாறே,

பார்வதிவீட்டுக்குள் நுழைந்தார்.

லிங்கேஷ் தான் புதுபைக்கை மருமகள் வீட்டுக்கு போயிருக்கிற

மகன்கிட்ட ஒப்படைக்க சொன்னார், அதான் சிவனை பார்த்து கொடுத்துட்டு போக வந்தேன் என்றார் கணபதி.

இந்த சர்ப்ரைஸ் எனக்கு நேற்றே தெரியும் மாமா என்றாள் பார்வதி...

இதை யார் சொன்னது பார்வதி என்றான் சிவன்.

நான் உன்னில் பாதியெனில் அத்தைக்கு நான் பாதி மகள் தானே

மாமா, வண்டி வாங்க போற விசயத்தை அத்தை என்கிட்ட மட்டும் சொல்லிட்டாங்க என்றாள் பார்வதி.

இங்க வீட்டுல இருக்குறவங்களுக்கு தான் சர்ப்ரைஸ், இது உங்களுக்கு மட்டும் தான் சர்ப்ரைஸ்சான ஷாக் என்றாள் பார்வதி.

மாமியாரும் மருமகளும் எப்படிதான் இப்படி இருக்கிங்கனு தெரியலை...

என்றவாறே ஆனந்தத்தின் உச்சியில், பார்வதியின் காதில் செல்லமாய் கிள்ளினான் சிவன்...அடியேய் கள்ளச்சி என்று வினவியப்படியே...

(சிவனுக்கே தெரியாத ஓன்றாய் போனது மீனாட்சிக்கும் பார்வதிக்கும்மான பாசபினைப்பு)

12

ஈரமனம் ஏஞ்சலினா @ பட்டாம்பூச்சி

அம்மா ஆசிர்வாதம் பண்ணுங்க, நான் காலேஜ் கிளம்பிட்டேன். சீக்கிரம் சீக்கிரம் அப்பா கிளம்பிட்டாரு, வண்டி ஸ்டாட்டு பண்ணிட்டாரு. இன்னும் அஞ்சு நிமிசத்தில பஸ் ஸடாண்டில் விட்டாத்தான், நான் ஆபிஸ் பஸ்சை பிடிக்கமுடியும் என்று சொல்லி கொண்டே இருக்கும் போதே, அக்கா யாழினி இந்தாடா இந்த கிப்ட் என்று கையில் நீட்டினாள, **கருப்பு நிறத்தில் தங்கம் போல் பளபள என்று இருந்த பார்க்கர் பேனாவை தந்தாள். அக்கா இரண்டு வயது மூத்தவள், அவள் செய்யும் சேட்டை பார்த்தால் கொன்றுவிடலாம் என்று தோன்றும்**, அம்மா அதிர்ஷ்ட லட்சுமியை நினைத்து அமைதியாக போவேன். கொஞ்சம் பேசிவிட்டால் அது இஷ்டத்துக்கு பேசும் என்பதால் நான் அம்மாவை எதிர்த்து பேசவே மாட்டேன். காஷ்மீரில் இருந்து கன்னியாகுமரி வரை சத்தம் கேட்கும். அப்பா அகிலேஷ் தஞ்சாவூர் தலையாட்டி பொம்மை போல் திருமணம் ஆன நாள் முதலே சமாளித்து கொண்டு இருக்கிறார். **சன்னியாசம் வாங்க நினைக்கும் பிணைய கைதி.**

அக்கா பேனாவை கொடுத்ததுமே அக்கா அன்பில் இன்னொரு அன்னையாய் தோன்றினாள். நேற்றிரவு தான் எனக்கும் அக்காவுக்கும் அடிதடி நடந்தது. ஆனால் அம்மாவிடம் அவள் பிரச்சினை சொல்லவே இல்லை. அதனால் இன்று காலையில் அம்மாவிடம் சொல்லி விடுவாள் என்று பயந்து கொண்டே இருந்தேன். ஆனால் பதிலுக்கு கிப்ட் கொடுத்து அசத்திவிட்டாள். கிளம்பும் அவசரத்தில் நன்றி கூட சொல்ல நேரமில்லை, இருந்தாலும் நின்று நன்றிக்கா என்றேன். சரிடா ஆல் தீ பெஸ்ட் என்றாள். நானும் அம்மாவிடம் ஆசிர்வாதம் வாங்கிவிட்டு கிளம்பினேன்.

எனது லட்சியமே படித்து முடித்து பார்க்கர் பேனா வாங்குவது தான். அதற்கு காரணம் ஈரமனம் ஏஞ்சலினா. என்னை இரண்டு தடவை அழ வைத்தவள். இந்த மூன்றாவது தடவை அவளை அழ வைக்க வேண்டும் இது தான் முதல் லட்சியமாய் இருந்தது.

ஏழு வருடத்திற்கு முன்,

அக்டோபர் பத்து, ரோட்ராக் கிளப் நடத்தும் மாநில அளவு அறிவியல் மற்றும் கணிதம் தேர்வில் முதல் இரண்டு இரண்டு இடங்களை பிடிக்கும் மாணவர்களுக்கு பரிசு வழங்கப்படும், விளையாட்டு போட்டிகள் பரிசு வழங்கப்படும் அதே மேடையில் தான், இந்த பரிசும் வழங்கப்படும் என்று நேற்று பள்ளி முதல்வர் காலை வகுப்புகள் தொடங்கும் முன் நடக்கும் ப்ரேயரில் (Prayerல்) அறிவித்தார்.

பத்தாம் வகுப்பு ஏ பிரிவு கிளாஸ் லீடர், அவசரக்குடுக்கை ஆதித்யா, நானே தான்.

பக்கத்து வகுப்பு பத்தாம் வகுப்பு பி பிரிவு, கிளாஸ் லீடர் ஜாஸ்மின் ஏஞ்சலினா. கருப்பு கண்ணாடி அணிந்திருப்பாள். ஆடைகள் அணிவதை பார்த்தால் முஸ்லிம் பெண் போல் இருக்கும். அவள் அப்பா பெயர் ரெக்ஸ் ஆண்டனி. ஆனால் அவள் பெற்றோர்கள் கிறிஸ்துவ மற்றும் முஸ்லிம் கலப்பு காதல் திருமணம் செய்தவர்கள் என்று அப்போது எனக்கு தெரியாது.

இருவரும் கிளாஸ் லீடர் என்பதால் மாணவர்கள் விளையாட்டு போட்டியில் கலந்து கொள்ளும் முறை மற்றும் உட்காருமிடம் போன்ற தகவல்கள் தர பள்ளி முதல்வர் எங்களை அழைத்தார்.

எனது கிளாஸ்சை விட்டு கொஞ்சம் வெளியே வரும்போது, பட்டாம்பூச்சி போல் பல வண்ணங்கள் நிறைந்த ஆடையோடு பைந்தமிழ் பெண் உருவத்தில் கிளியொன்று என்னை கடந்தது. அறிமுகம் செய்து கொள்ளவில்லை இதுவரை. இனிதான இந்த விபத்து இப்போது தான் ஆரம்பிக்க போகிறது. இரண்டி சென்ற பட்டாம்பூச்சி பட்டென்று நின்றது. புறமுதுகு காட்டிய பெண், அவள் திரும்பியதுமே மின்னலொளி பார்வையில் என இதயத்தில் இடி விழுந்தது.

ஒரு நொடி மோதியது இருவர் விழியும், கொஞ்சம் அவள் சுதாரித்து கொண்டாள், சற்றென்று யோசித்தவள், ஏதோ விழுந்ததை தேடுவது போல் கண்ணை சுழலவிட்டாள். ஏதும் அவள் பார்வையில் விழவில்லை.

ஏதோ முனுமுனுத்து கொண்டே, இடத்தை விட்டு நகர்ந்தாள். சிறுஇடைவெளியில் என்

கண்ணில் தென்பட்டது கருப்பு நிற பார்க்கர் பேனா. நிச்சயம் அவளுடையது தான் என்று மனதில் பட்டது.

எதையும்யோசிக்காமல் **ஹலோ பட்டாம்பூச்சி** என்றேன். திடுக்கிட்டு திரும்பியவள் சுற்றிமுற்றி பார்த்தாள். என்னையா கூப்பிட்டிங்க என்றாள், ஆமாம் என்றதும் சிறுபுன்சிரிப்பு கலந்து என்ன என்றாள்?

அப்பப்பா அந்த போதை புன்னகையில் புரரை ஏறிவிட்டது.

இது உங்கள் பேனாவா என்றதும், ஐயோ இதை தான் தேடினேன். உடனே கையில் வாங்கி கொண்டு, நன்றி நன்றி என்று சொன்னவள். காலில் மட்டும் தான் விழவில்லை... அத்தனை நன்றி சொல்லிவிட்டாள்.

சாதாரண பேனா தானே, இதற்கு ஏன் இத்தனை நன்றி, பரவாயில்லை என்று தெரியாமல் சொல்லிவிட்டேன். **இது எங்க அப்பா உழைப்பில் கொடுத்த சில்லறை காசை சேர்த்து வைத்து வாங்கினேன், அதுவும் அண்ணன் கடைக்கு கூட்டிட்டு போய் வாங்கி கொடுத்தான் என்று பைபிள் குரான் கீதை மற்றும் கூகிளில் இல்லாத போதனைகளை காதில் கொட்டிவிட்டாள். போதும்டா சாமி என்று சொல்லி நான் அவள் காலில் விழவில்லை. பேச்சை முடித்து கொண்டேன்.**

அன்று அப்போது அந்த பார்க்கர் பேனா என் மனதில் ஒரு பெரிய தாக்கத்தை ஏற்படுத்தவில்லை. ஆனால் பேனாவை வாங்கியவள்...பேனாவிற்கு முத்தம் கொடுத்தாள்.

சில விநாடிகளிலே அவள் கண்ணும் கலங்கியது. நான் பேனாவை தொட்டதால், தோஷம் வந்தது என்று நினைக்கிறாளோ என்று என் மனது பதைபதைத்தது.

அதே வேகத்தில் பள்ளி தலைமையாசிரியர் அறைக்கு இருவரும் சென்றோம். ஹாய் ஹாய் என்று சொல்லி கொள்ளும் அளவுக்கு தலைமையாசிரியர் இருவரையும் மாறிமாறி அறிமுகம் செய்து கொள்ள வைத்தார். அவரிடம் சில குறிப்புகளை எடுத்து கொண்டு நாங்கள் நாளை நடக்கும் விளையாட்டு தின விழாவிற்கு தயாரானோம்.

மறுநாள் காலை,

விளையாட்டு போட்டிகள் எல்லாம் ஒன்றொன்றாய் முடிந்தது. பரிசு வழங்க தலையாசிரியர் மற்றும் சிறப்பு விருந்தினர் மத்திய கல்வி துறை மந்திரி எவரெஸ்ட் ஏகாம்பரம் தயார் ஆனார்கள். இந்த தடவை மாநில அளவில் நடந்த கணிதம் மற்றும் அறிவியல் போட்டியில் ஐந்து பேர் நம் பள்ளியின் சார்பாக கலந்து கொண்டார்கள். தேர்வில் இரண்டு பேர் 100% மதிப்பெண்கள் வாங்கி நமது பள்ளியை மாநில அளவில் பெருமைப்பட வைத்துள்ளார்கள்.

நீங்கள் யாரென்று கண்டு பிடித்துவிட்டிர்களா என்று கூட்டத்தை பார்த்து தலைமையாசிரியர் கேட்டார். மாதவி, கவிநிலா, கார்த்திகா என பல பெயர்கள் மாணவர்களும் மாணவிகளும் கூச்சலிட்டார்கள். நான் மட்டும் **பட்டாம்பூச்சி ஜாஸ்மின் ஏஞ்சலினா என்று சபத்மாய் சொல்ல, எனது குரல் தலையாசியருக்கு**

பழக்கபட்டதால், நீ மேடைக்கு வா என்று கையை நீட்டி வா என்று அழைத்தார்.

மர்மமாய் மனதில் இருந்த பெயரை இப்படி சொல்லி மாட்டிக்கொண்டேன் என்ற தயக்கத்தோடு மேடையேறினேன். பிறகு பட்டாம்பூச்சி ஏஞ்சலினா நீயும் மேடைக்கு வா என்று உரக்க அழைத்தார். ஏதோ தண்டனை கொடுக்க போகிறார் என்று நினைத்தேன். தலைமையாசிரியர் எனது தோளில் கையை போட்டு, நான் அழைத்த இருவருமே இந்த தேர்வில் மாநிலத்தில் முதல் இடத்தை பிடித்துள்ளனர்.

கேட்டதும் எனக்கு திக்கென்று இருந்தது, நான் இந்த பரிட்சை எழுதி பல மாதங்கள் ஆனதால் நான் இதை பெரிதாக எதிர்பார்க்கவில்லை. சில கேள்விகளுக்கு சந்தேகத்தின் அடிப்படையிலே பதில்களை டிக் செய்திருந்தேன். ஆனால் ஏஞ்சலினா கண்ணீர் வடித்த படியே மேடை ஏறினால், **அய்யோ அவள் செல்லப்பெயரை சொல்லியதால் இவள் அழுகிறாளா** என்ற குழப்பம் வந்தது.

இவள் மேடையேறும் போதே, தலைமையாசிரியர் மெல்லிய குரலில் தனது பேச்சை மந்திரியிடம் தொடர்ந்தார். ஏஞ்சலினா அண்ணன் சென்ற மாதம் விபத்தில் இறந்துவிட்டதால், இவள் கண்ணீர் விடுகிறாள் என்றதும் என் கண்ணிலிருந்து சில கண்ணீர் துளிகள் கசிய ஆரம்பித்து. துடைத்து கொண்டு சான்றிதழ் மற்றும் பரிசையும் பெற்றுக்கொண்டு மேடையில் இருந்து கீழே இறங்கினேன்.

எல்லோரும் அவள் ஆனந்த கண்ணீர் விடுகிறாள் என்று நினைத்தனர். எனக்கு மட்டும் தெரியும் அவள் அழுதது எதற்கென்று...

மேடைவிட்டு இறங்கியதும் சாரி ஏஞ்சலினா.. என்றேன். பரவாயில்லை பட்டாம்பூச்சி என்றே கூப்பிடு என்றாள். ஏசுவாள் என்று நினைத்தால் இப்படி சொல்லிட்டு போறாள் என்று நினைத்து கொண்டு, பின் பள்ளி நேரம் முடிந்து வீட்டுக்கு சென்றேன்.

எங்கள் வீட்டு ஆக்சன் தேவதை அம்மா அதிர்ஷ்ட லட்சுமி, வாசலில் காத்திருந்தார், வாடிப்போன என் முகத்தை கண்டு ஏன்டா சோகமா வர என்றார். ஒனனு இல்லைமா என்று சொல்லிவிட்டு ஸ்கூலில் நடந்த அத்தனை விசயத்தையும் சொன்னேன்.

அம்மா கொடுத்த அதிர்ச்சி அதற்கு மேல் இருந்தது, சென்ற மாதம் தான் அவள் அண்ணன் இறந்ததும் என்றதுமே, அந்த விபத்தில் தான் ஒரு பள்ளி மாணவிக்கு ஒரு கண்ணில் பார்வை போனதென்று அப்பா சொன்னார். அந்த பெண்ணின் பெயர் ஏஞ்சலினாவா என்றதும் என் கண்ணில் இரண்டாவது தடவையாய் கண்ணீர் வந்தது.

மறுநாளில் இருந்து அவள் மேல் இன்னும் பாசம் வந்தது. ஒரு கண்ணில் தான் உலகை காண்பாளோ, இரண்டாவது கண்ணாய் நான் இருக்க போகிறேன் என்று முடிவு செய்தேன். இதுவரை அவள் குறையை என்னிடம் சொன்னதில்லை. நானும் எனது காதலை அவளிடம் சொல்லவில்லை.

ஏழு வருடத்திற்கு பின்... இன்று

இன்று முதன்முதலாய் வேலைக்கு போகிறேன். இன்னும் முப்பது நாளில் முதல் மாத சம்பளம் வந்துவிடும். அவளுக்கு பிடித்த அவள் அண்ணன் வாங்கி தந்த பார்க்கர் பேனாவை வாங்கி கொடுத்து அவளை ஆனந்ததில் அழ வைக்கப்போகிறேன்.

ஏன் அப்பா அம்மாவிடம் அடங்கி போகிறார் என்று இப்போது தான் கொஞ்சம் புரிந்தது, அளவிற்கு மீறிய அன்பு ஆளையே மாற்றும். பெண்கள் புதிரோடு வாழ்பவர்கள், கொஞ்சம் புரிந்து கொண்டால் ஆண்கள் வாழ்க்கை இனிமையாகும்.

*******முற்றும்******

13

நகரப்பேருந்து

நான் ஆதித்யா, புதிய பட்டதாரி, நீண்ட நாட்களாக நகரத்து பேருந்தில் பயண செய்ய ஆசை, சொந்த ஊரை விட்டு வந்து இங்கு ஒரு வாரம் ஆகிவிட்டது. பட்டாம்பூச்சி கனவுகளோடு பள்ளிக்கு செல்லும் பிள்ளையாய் நான் பஸ்ஸடாப்பை நோக்கி நடந்து கொண்டிருந்தேன். வெள்ளை சட்டை மற்றும் புளூ ஜீன்ஸ் உடுத்தி கொண்டு, ஏதோ நான் மட்டும் தான் ஊருக்குள் இருக்கிறேன் என்ற நினைப்போடு நடக்க ஆரம்பித்தேன்.

என் பல்லவன் வந்து கொண்டிருந்தான், நான் பஸ்சுக்கு செல்லமாய் வைத்த புனைப்பெயர் தான் அது. எங்கும் சூரியனின் கதிர்கள் கொஞ்சம் வெளிச்சம் தர ஆரம்பித்தது, இரவு லிட்டில் பூச்சிகளாய் மக்கள் கொஞ்சம் கொஞ்சம் நடமாட ஆரம்பித்தார்கள்.

ஒரு வழியாய் நானும் பஸ்சும் ஒரே நேரத்தில் பஸ்ஸடாப்பிற்கு வந்தோம். பட்டாம்பூச்சிகளும் வரும் வண்ணத்துப்பூச்சிகளும் நிறைய உள்ளே வரும் என்று நினைத்து கொண்டு நின்ற பஸ்சின் படிக்கட்டில் ஏற பக்கத்தில் உள்ள கம்பியை பிடித்தேன். அவ்வளவு தான் தெரியும்,

தெமுதெமுனு கூட்டம் எங்கிருந்து தான் வந்ததோ தெரியாது, அடுத்த நிமிடம் நான் பஸ்சின் நடுவில் நின்று கொண்டிருந்தது மட்டுமே ஞாபகம்.

வண்டி சக்கரத்தில் மாட்டிய வலியை அப்போது உணர்ந்தேன், சுற்றிலும் என் வயதையொட்டி பெண்கள். கொஞ்சம் சுய நினைவு வந்ததும் மனது கொண்டாட ஆரம்பித்து விட்டது. எனக்கு பின்னால் ஒருவன் **டிப்டாப் யோகிபாபு** போல் இருந்தான்.

சிறிது நேரம் சென்றதும் கூட்டம் நிறைய தொடங்கியது, பிறகு தான் உணர ஆரம்பித்தேன் நான் அரசியல் கூட்ட தலைவரை போல் என்னை சுற்றி கூட்டம்.

நகரத்து பேருந்துக்குள் நடுவில் கூட்ட நெரிசலில் சிக்கியது தெரியாமல், அருகில் இருப்பவர்கள் பேசிய சத்தத்திலும், அடுத்த ஸ்டாப்பிங் எதுவென்று தெரியாமல், முன் பக்கமா இறங்குவதா பின் பக்கமா இறங்குவதா என்ற குழப்பத்தில் தவிக்கும் நிலைமைக்கு தள்ளப்பட்டேன்.

கொஞ்சம் அசடு வழிந்து சிரிச்சேன்...

அப்ப தான் பின்னால் இருந்த ஒருத்தன் சென்னை பத்தி அவனுக்கு தெரிந்த மொழியின் அலப்பறையில் அழகாக சொன்னான்.

சொன்னதை எழுதினாலே ஒரு புத்தகம் போட்டுடலாம் போல, முச்சு இறைக்குது அவன் சொன்னதை நினைச்சாலே.

அடையாறு ஐந்து ரூபாய்,

அண்ணா யுனிவர்சிடி ஒன்னு,

மூன்றுரூபாய் டிக்கெட் மூனு,

இன்னும் சில்லறை வரலை,

இருய்யா தராமல் எங்கய்யா

போக போறேன்.

உள்ளே ஏரி வா,

ஏய் உதவாக்கரை தூங்கிட்டு

இருந்தியா சீக்கிரம் இறங்கு.

ஒரு ரூபாய் சில்லறை இல்லை

இரண்டு ரூபாய் சில்லறை கொடு.

இது லேடிஸ் சீட், கொஞ்சம் எழுந்து போறிங்களா.

கொஞ்சம் உரசாம நில்லு,

தள்ளி நில்லு,

படிக்கட்டில் நிக்காத,

யோவ் மரியாதையா பேசு,

எக்ஸ் கியூஸ் மீ

இந்த வார்த்தைகள் எல்லாம் இல்லைனா நகரப்பேருந்துக்கு அடையாளம் சொல்ல முடியாதுன்னா.

சரிவிடுங்கன்னானு சொன்னேன்... விடலையே. சரி சொல்லுங்க (சொல்லி தொலைங்க) அண்ணேன்னு சொன்னதுமே...

எங்கே இருந்து வரிங்க பாஸ் அப்படின்னா..

திருச்சினு சொன்னதுமே....

அதுக்கும் பதில்...

இடைநில்லா பேருந்து இருக்கு திருச்சி டு சென்னைக்கு, ஆனால் இங்க (சென்னை) இருபது கிமீ தூரத்துக்கு எத்தனை தடவை நிம்பாட்டுறாங்க. அடிக்கிற வெயிலும் இருக்குற கூட்டமும் குறையவே குறையாது, இறங்கனும்னா முதல் ஸ்டாப்பிங்ல் இருந்து முந்திக்கனும்.

வெள்ளை சட்டை போட்டு வந்தா கலர் சட்டையா மாறிடும். திக்கா சட்டை போட்டா வியர்வையில் நனைந்திடும் ஏதோ மழையில் நனைந்தது மாதிரி.

கொஞ்சம் டைட்டா பேண்ட் சட்டை போட்டுட்டா, மூச்சிழுத்து மூச்சை விடும் போது ரெண்டு பட்டனாவது பிஞ்சிடும்.

உட்கார சீட்டு கொடுத்தா கூட சிலர் உட்கார மாட்டாங்க. ஆனால் நம்ம மடியில் நாலு பேரு நமக்கே தெரியாமல் உட்காந்திருவாங்க. கொஞ்ச நகருங்கனு சொன்னா, சொத்துல பங்கு கேட்டது மாதிரி அவனுக்கு கோபம் வருது, கொஞ்ச நேரம் இதை பொருத்துக்கமுடியாதானு எதிர் பேச்சு. புள்ளதாச்சி வந்தா கூட இடம் தரமாட்டாங்க. அந்த பத்து நிமிஷம் தான் தூக்கம் வரும் அந்த சீட்ல உட்கார்ந்து இருப்பவனுக்கு.

அன்னைக்கு பஸ்ல ஒருத்தன் வெள்ளாந்தி போல் பார்க்குற எல்லாத்தையும் திருடன்னு நினைச்சுட்டான் போல. அவன் டிக்கெட் எடுத்திருப்பான்னானு கூட தெரியாது. அவன் நினைச்சது தப்பில்லை, வாயப்பு கிடைச்சா அவன் சீட்டை கூட கேட்டு வாங்கிருவாங்க காளிபசங்க (சவுடாலா பேசுறான் பயமவன் நம்மலையும் சேர்த்து). எல்லாம் நேரத்தையும்

பயணத்திலே இழந்து நடுசாமத்துல வீட்டுக்கு போயி, மறுபடியும் ஒழுங்கா கூட உறங்காமல் விடியற்காலை புறப்பட்டு ஆபிஸ்க்கும், வீட்டுக்கு மாறிமாறி போவதாலும் பாதிபேறோட வாழ்க்கை பயணத்தில்லே முடியுதாம்..அப்படினு சொன்னான் அந்த அண்ணன்.

போதும் அண்ணேன்... சென்னை பஸ்சை பத்தி புரிஞ்சுகிட்டேன்...

இருப்பா இன்னும் முடிக்கலை...(பதில் பேச்சு)

இப்ப தான் புரிஞ்சுச்சு ஏன்டா சென்னையில பல பேர் பல்லிழித்து பேசுறது இல்லனு... (அப்படினு மனசுல நினைச்சுகிட்டேன்).

சரி சொல்லுங்க...(கொஞ்சம் கோபத்தில்)

பத்தாத குறைக்கு எப்போவாச்சும் பாதியிலே பிரேக்டவுன் ஆச்சுனா, பத்துபேரு சேரந்து தள்ளுவோம். இது பத்து வருஷத்துக்கு முன்னாடினா பசங்க பஸ்சை தள்ளுவாங்க, இப்பன்னா இருபாலரும் பாரபட்சம் இல்லாமல் தள்ளுறோம்.

மழையில் ஒரமா ஒதுங்கி நின்னாலும் நனைக்காமல் போகாது நகரபேருந்து.

கறக் என்ற ஜன்னல் சட்டர் சத்தம் இழுத்து மூடனும்னா பயில்வானா இருக்கனும்.

எங்க ஊரு ஆத்தங்கரை எப்ப வாச்சும் ரோட்டுக்கு வரும். இங்கே மழை பெய்தாலே மேம்பாளத்துக்கு கீழே இருக்கும் குளந்தங்கரைய நிச்சயம் பார்க்கலாம். இது எப்பவாது நடக்கும். அன்னைக்கு நாங்க நீச்சல் குளமா மாத்திடுவோம்.

சில பேருந்துக்கு நிச்சல் தெரிலைனா கிரேன்னோட (Crane) உதவியாலே நீச்சலை கத்து கொடுப்போம். சுனாமிலே சுவிம்மிங போட்டேனு சொல்றவன் எல்லாம் அந்த பக்கம் வரவே மாட்டாங்கனு... சொன்னான் அந்த அண்ணன் மகராசன்.

சொல்லி முடியும் முன்னே அவ ஸடாப்பிங வந்திருச்சு..நிப்பாட்டியா கண்டக்டர்.... போயிட்டு வரறேன் பாஸ்னு...சொல்லிட்டு

அவசர அவசரமாய் இறங்கிட்டான்.

அப்பா தப்பிச்சோம்... தொலைஞ்சான்டா எதிரி... இனிமேல் பஸ் பக்கம் வரவே கூடாதுனு முடிவுபண்ணுனேன்.

தினமும் ஒடுறவனுக்கு இது புதுசு கிடையாது, என்னைக்காவது என்னை போல் யாரவாது புதுசா மாட்டிகிட்டா சரியா வீட்டுக்கு போகமுடியாது.

உட்கார்ந்து கிட்டே இருக்குற கண்டக்டர்க்கு எப்படித்தான் வழி தெரியும்னு இதுவரைக்கும் புரியவில்லை.

கொடுத்த டிக்கெட் காசுக்கு ஊரை சுத்தி காண்பிக்கிறதால்லே இறங்கும் போது மட்டும் மனசு நிம்மதியா இருக்கும்.

பெரிய ஆச்சரியத்தோடு இறங்குன எனக்கு... அப்புறம் தான் தெரிஞ்சது பாக்கெட்ல இருக்குற போன்னை காணோம்னு. என்னை அடிக்காமலே அவன் அடிச்சுட்டு நம்மளை ஒப்பாரி பாட்டு பாட வச்சுட்டான் தொலைஞ்ச செல்போனுக்கு... சாரி சுட்டுட்டு போன செல்போனுக்கு.

அன்னையில் இருந்து நானும் சிரிக்கவே கூடாதுனு முடிவு பண்ணிட்டேன்.

சென்னைக்கு வந்த என் முதல் வாரத்திலே சென்னை வாசியா மாறிட்டேன்.

சொர்க்க பூமி....அவனுக்கு

எனக்கு என்னனு... உங்களுக்கு புரிஞ்சுருக்கும்.

14

இனி அனாதைகள் இல்லை

ஏப்ரல் மாதம் தொடங்கியது, வானில் ஆதவன் அவன் வேலையை சரிவர செய்ய சற்றுமுன்னே வந்துவிட்டான். குளிர்ந்த காற்று மீண்டும் கரையை தாண்டி கடலுக்குள்ளே சென்றது.

அவசரமாய் அலுவலகம் கிளம்ப வேண்டிய நேரம். பத்து கிமீ தூரம் வீட்டிற்கும் வேலைப்பார்க்கும் இடத்திற்கும். எந்த சலனமும் இல்லாமல் முதல் மாடியின் பால்கனியில் நின்று பல்துலக்கி கொண்டிருந்தான் முப்பது வயதை தாண்டிய சிவசங்கர். வீட்டை சுற்றி உள்ள எட்டடி உயர காம்பவுண்ட்க்குள் உள்ளே, தரைதளத்தில் நின்ற தனது செந்நிற சிகப்பு வண்ண ஆடிக்கார் அவன் கண்ணில் பட்டது. கண் வைத்து பார்த்துக்கொண்டே இருந்தான்.

முதன் முறையாக,

நேற்று நெடுந்தூரத்தில் இருந்து புறப்பட்டு வந்த ஒன்றுவிட்ட தாத்தா நெடுமாறன். சற்றுமுன் தான் கிளம்பினார். ஊரில் விளைந்த நேத்திரங் பழமும் நெல் அரிசி மூட்டையும் தலையில்

சுமந்து கொண்டு வந்து கொடுத்து சென்றதை நினைத்து பார்த்தான் சிவசங்கர்.

நெடுமாறன் தாத்தா, அப்பா வழியில் வந்தவர். அப்பா மாணிக்கம் சிறுவயதில் இருந்தே தனியாக தன் சித்தி மாலா வீட்டில் வளர்ந்து வந்தவர். அப்பாவின் சித்தி கணவர் தான் நெடுமாறன்.

அப்பாவின் அப்பாவும் சிறுவயதில் காட்டுக்கேணியில் தவறிவிழுந்து மூச்சடைத்து இறந்த அம்மாவை காப்பாற்ற முயற்சிக்கையில் தான் அவரும் தவறிவிட்டார். ஆறு மாத பிள்ளையாக இருக்கும் போது, தான் அனாதையானது கூட தெரியாத வண்ணம் மாணிக்கத்தை தத்தெடுத்து வளர்த்தது இந்த நெடுமாறன் தாத்தா தான்.

மாணிக்கத்தை பாசத்தோடு சித்தி மாலா வளர்த்தாலும், ஊரும் அவரை அனாதை அனாதை என்று கூறவே, மாணிக்கமும் மனமுடைந்து குடிப்பழக்கத்தில் அடிமையாகி, போதையிலே கிடந்து தன் படிப்பையும் பாதியிலே விட்டுவிட, டீக்கடை வைத்து தந்தார் மாணிக்கத்தின் சித்தி மாலா. டீக்கடை வைத்து பொளப்பு நடத்தும் நேரத்தில் தான், அந்த காலத்து நடிகை சாவித்திரி போல் அழகில் ஊரை பின்னால் திரியவிட்ட லட்சுமிதேவியோடு அறிமுகம் கிடைத்தது. மாணிக்கம் கொஞ்சம் குடிப்பழக்கம் விட்டுவிட, மீட்டெடுத்த லட்சுமியின் மேல் உயிர்காதல் பற்றியது, காதலும் ஊரே பேசிக்கொள்ளும் அளவுக்கு பேசும் மார்க்கெட்டிற்கு வந்துவிட்டது.

மாணிக்கமும் தென்னிந்தியாவின் ஜேம்ஸ் பாண்டான ஜெயசங்கரின் தீவிர ரசிகர் மற்றும்

பாசத்தில் எம்ஜிஆரையே ஓரம்கட்டும் அளவு பாசப்பேர்வழியாக வளர்ந்து, மூங்கில் கம்பு சுத்துவதில் சுழலும் பம்பரம் போல் சுற்றுவதால் புரட்சிதலைவரின் வாரிசு என்று தான் அழைப்பார்கள். பருவத்திலே பந்தயக்கல்லை தூக்கிய மாணிக்கத்தை விட்டுப்பிரிய முடியாதளவு காதல் லட்சுமிதேவிக்கும் வந்துவிட்டது.

லட்சுமியின் அண்ணன் பாலமுருகனுக்கு இந்த காதலில் இஷ்டமில்லை. மாணிக்கம் அனாதை என்பதால், இந்த காதலுக்கு முற்றுப்புள்ளி வைக்க நினைத்தான்.

இதையறிந்த லட்சுமியும் மாணிக்கமும் சித்தி மாலா மற்றும் சித்தப்பா நெடுமாறன் உதவியோடு, ஊருக்கு வெளியே உள்ள கிராமத்து தேவதை மாரியம்மன் கோவிலில் திருமணம் செய்துகொண்டனர். மாணிக்கம் அப்பா ஊரில் பெரிய பண்ணையாராக இருந்தவர் தான். ஆனால் அந்த காலத்தில் யார் யாரின் சொத்தையும் வாங்கலாம் விற்கலாம் என்பது போல் மாணிக்கத்தின் அப்பா சொத்தை, குடிப்பழக்கத்திற்கு அடிமையாக வைத்து எழுதி வாங்கி ஒன்றுமில்லாதவனாய் மாற்றிவிட்டார்கள். குடித்து அழித்ததை விட ஏமாந்து கொடுத்தது தான் அதிகம்.

மாணிக்கத்தை ஏமாற்றியது மாலா சித்தி மகன்கள் என்பதால், அவரால் தட்டிக்கேட்க முடியவில்லை. பிறகு தான், பிழைப்பதற்கு டீக்கடை வைக்க வேண்டிய நிலை மாணிக்கத்திற்கு.

ஊரில் பெரும் வரவேற்பு இல்லை.

காதலும் உறவும் வந்தால் தான் பொறுப்பு வருமோ என்னவோ,

நம்பி தன் கரம்பிடித்த லட்சுமிதேவியை காப்பாற்ற நினைத்து, ஊரை விட்டு கிளம்பி விட்டார்கள் லட்சுமியும் மாணிக்கமும், கட்டிய தாலி புடவையோடு, ஒன்றும் வேண்டாம் என்று மிஞ்சியிருக்கும் சொத்தையும் எழுதிக் கொடுத்துவிட்டு கிளம்பினார்கள்.

இதெல்லாம் நடந்து முடிந்து முப்பத்தைந்து வருடங்கள் ஆகிவிட்டது.

ஆனால் இருபத்து ஐந்து வருடத்திற்கு முன் நடந்த விசயத்தை மட்டும் மாணிக்கம் தன் மகன் சிவசங்கரிடம் சொல்லவே இல்லை. தன் அம்மா அப்பா விழுந்து இறந்துப்போன கிணற்றில் இருந்து பிடிமண்ணை எடுக்க சென்றவரை பிடிவாதமாக வம்புக்கு இழுத்து, ஒன்றுமில்லாதவனுக்கு ஊரில் என்ன வேலை என்று நக்கல் அடித்து, அடிதடி வரை சென்று அவமானப்பட்டு அனுப்பியதை, இதுவரை யாரிடமும் பகிர்ந்து கொள்ளவில்லை. அதனால் சொந்த ஊர் பக்கமே பிள்ளைகளை தலைக்காட்டவிடாமல், உயர்ந்து காட்டவேண்டும் என்று லட்சியத்தோடு வாழ்ந்தார்கள் மாணிக்கமும் லட்சுமியும்.

சொந்த ஊர் எங்கே இருக்கிறது என்று எத்தனையோ முறைக்கேட்டும் பிள்ளையிடம் வாயே திறக்காமல் வளர்த்து இன்று சிவசங்கரை ஆளாக்கிவிட்டார்கள். ஆனால் பிறந்தமண்ணை விட்டுவந்த சோகம் முகத்தில் தெரியும். இருவரும் தப்பிதவறியும் சிவசங்கர்

முன் இப்படி வருத்தங்கள் இருப்பதை காட்டிக்கொண்டதில்லை.

இந்த சிவசங்கர் பட்டினியோடு படித்து பெற்றோரின் கனவை நினைவாக்க வந்த கலாம் போல், கால் வைக்கும் இடம் எல்லாம் கோபுரமாய் மாற்றும் தொழிற்நுட்ப விஞ்ஞானியாக உயர்ந்துவிட்டான். நாட்டின் அத்தனை ஊரையும் சாலையால் இணைக்கும் திட்டத்தை அறிவித்து, அதில் எந்த விளைநிலங்களும் வீடுகளென எதுவும் பாதிக்கப்படாமல் இருக்கும் வண்ணம் புராஜெக்ட் மாடல் சமர்பித்து, அந்த புராஜெக்டை அரசே தான் வேலை பார்க்கும் கம்பெனிக்கு ஆர்டர் தரும்படி கிடைக்க செய்ததால், இந்த வசதி வாய்ப்பும் தேடி கிடைத்தது சிவசங்கருக்கு. மாநகரம் விரல் விட்டு சொல்லும் விஞ்ஞானிகளில் சிவசங்கர் ஒருவன்.

சொந்தம் விட்டு போகக்கூடாது என்ற அம்மா லட்சுமியின் சொல்படி பாலமுருகன் மகள் சக்திபார்வதியை சிவசங்கருக்கு திருமணம் பேச இன்று ஆடிக்கார் புறப்படப்போகிறது. அதேவேளை ஊர் மாரியம்மன் கோவிலை புதுப்பிக்க வேண்டும் என்று நெடுமாறன் கேட்டதாக மாணிக்கம், தன் மகன் சிவசங்கரிடம் சொல்ல சரியென்பதாய் தலையசைத்தான், லட்சுமியும் மாணிக்கமும் ஒருவரையொருவர் பார்த்து புன்னகைத்தார்கள்... விட்டுப்போன வாழ்க்கை வீடு தேடி வருகிறதென்ற மகிழ்ச்சியில்.

சிவசங்கரும் புரியாதவன் ஒன்றுமில்லை, அப்பாவின் திருமணத்தின் போது எடுத்த புகைப்படத்தை வைத்தே சொந்த ஊரையும்

சொந்தங்களையும் கண்டுபிடித்து, தன் அப்பா மாணிக்கம் விட்ட சொத்தை வாங்க ஏற்கனவே ஏற்பாடு செய்துவிட்டான். ஊருக்கு சென்றவுடன் சர்பரைஸ்சாய் இந்த சங்கதியை சொல்வதற்காக காத்திருக்கிறான்.

பால்கனியில் நின்று பார்த்த சிவசங்கருக்கு இன்று தான் வீட்டில் நிற்கும் ஆடிக்காரில் பயணம் செய்வதை விரும்புவது போல் மகிழ்ச்சியில் திளைத்தான். ஆரஞ்சு நிற சூரியனின் ஒளி ஆரஞ்சு வயது சிவசங்கர் மேல் பட்டு, மாணிக்கத்தின் சுருங்கிய கண்ணிலும் பட, பார்வையை விரித்து பார்த்தார் கடவுளின் அருளாய் நினைத்து.

ஒரு பெண் வீட்டிற்கு வந்தால், ஆயிரம் சொந்தங்கள் தானாய் வரும். இனி மாணிக்கமும் லட்சுமியும் அனாதைகள் இல்லை.

*******முற்றும்******

15

அவர்களாவது வாழட்டும்

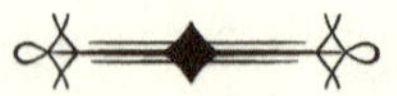

(குறிப்பு : ஓவ்வொரு சராசரி மனிதனின் எதிர்பார்ப்பை போல், என் மனதில் நான் ஆசைப்பட்ட கனவு நாடு தான் இது. யாரையும் புண்படுத்தும் நோக்கில் எழுதவில்லை)

அழகிய விடியற்காலை ஈரக்காற்று வீசியது, தென்றல்காற்று உரசியதும் மரத்தின் கூந்தல் வெட்கத்தில் சாய்ந்தபடியே ஆனந்த தாலாட்டில் தள்ளாடியது. தரையில் விளைந்த அருகம்புல்லிலும் பனித்துளி படர்ந்து இருந்தது.

ஆதவனும் அன்று மட்டும் தான் மஞ்சள் வானத்தில் தலையை நுழைத்து எட்டிப்பார்க்க தயாரானான். விடிந்தவேளையில் விழித்த விழிகளுக்கு எட்டிய தூரம் வரை எங்கும் ஆறுகளும் குளங்களும், அதன் கரையை சுற்றிய மரங்களும் செடிகளும் காடுகளும் பார்க்கவே விழியின் இமைகளுக்கு இதமாய் இருந்தது. எங்கும் இயற்கையோடு இனிமையும் நிரம்பி இருந்தது,

ஈரச்சாரலும் வீட்டுக்குள்ளே சாளரத்தின் வழியே வந்தது, அதனாலயே காற்று வாங்க கடற்கரை பக்கம் போனதும் இல்லை.

மல்லிகையின் மனம் தென்றல் காற்றிலே சேர்ந்து வரும். வாழையும் சோலையும் வானுயர்ந்து காட்சியளித்தது.

விலங்குகளும், மாமிச பறவைகளும் ஊருக்குள் நுழையாமல் அடர்ந்த காட்டுக்குள்ளேயே வாழ்ந்தது.

ஊரில் தெருவுகள் எல்லாம் தினமும் திருவிழாப் போல் தான் இருக்கும்.

ஊரில் கொலை, கொள்ளை, கற்பழிப்பு என்று எதுவும் இல்லாமல், குற்றங்கள் குறைந்து காணப்பட்டது. நீதி தவறா அரசாட்சி நடந்தது. நல்லாட்சியை கண்டு வர்ணபகவான் காலம் தவறாமல் தித்திக்கும் மழையை பொழிந்தான்.

தங்கை தாராவும் கல்லூரிக்கு கிளம்பினாள், அங்கு இலவசப்படிப்பு, நல்ல கட்டமைப்பு கொண்ட உயர்ந்த கட்டிடங்கள், மாநில மத்திய அரசாங்கமும் அந்த கட்டிடம் எழும்ப இலவச அனுமதியும் வட்டியில்லா பண உதவியும் செய்து வந்தது.

ஆகாய சூரியன் கிளம்பும் முன்னே,

தெருவில் உள்ள சிறுவர் சிறுமிகள் எல்லாம் பள்ளிக்கு துள்ளிகுதித்து சென்று கொண்டிருந்தனர், தகுதியான ஆசிரியரும் ஆசிரியையும் பள்ளியில் இருப்பதாலும், வீட்டை விட வசதிகள் நிறைந்திருப்பதினாலும் பள்ளிக்கூடம் என்றாலே பிள்ளைகளும் பூரித்த சந்தோஷத்தில் புறப்படுவார்கள்.

பள்ளியின் பூந்தோட்டத்தில் வண்ண பட்டாம்பூச்சிகளும் வட்டமடிக்கும் வாடிக்கையாய்

வரும், நறுமண பூக்கள் பூத்து குலுங்கியது. ஓடிவிளையாடும் மைதானம் மிகவும் அகன்று நீளத்திலும் அகலத்திலும் பெரிதாய் தோன்றியது.

சாலையோரம் தோட்டங்கள், கடை எங்கும் குறைந்த விலையில் இயற்கை உணவுகள் உபசரிக்கப்பட்டது. காரில் செல்லும் அப்பாவும் நடந்தே போகிறேன் என்று சொல்லியபடியே அம்மா டிபன் பாக்சில் கட்டி தந்த கட்டுசாதத்தை கையில் எடுத்து கொண்டு சென்றார்.

நெடுஞ்சாலை எங்கும் கிராமத்தில் விளைந்த காய்கறிகளும் பண்டங்கள் விற்பனை செய்யப்பட்டது. அங்கு பிழைக்க தெரியாதவர்கள் நிறைய பேர், வரியில்லாமல் விற்றதால் அவர்களிடம்

நாங்கள் காய்கறிகள் வாங்கவில்லை. தேடிய கண்களுக்கு மதுபோதை பானம் விற்கும் கடைகள் கண்ணிலே அகப்படவேவில்லை மறந்துவிட்டேன் மக்களாட்சி நடந்து கொண்டிருப்பதை.

மாநகராட்சிக்கு அம்மா வரிகட்ட சென்றார், அரசுக்கு வரி கட்டுவது நம் கடமை என்று சரியாக செலுத்தினார். சில்லறை இல்லாததால் மிச்ச பணத்தையும் அவர்களையே வைத்து கொள்ள சொன்னார்கள் அம்மா.

பிரசவ வலியில் அனுமதிக்கப்பட்ட அம்மாவின் தோழி மகளை அரசு மருத்துவமனையில் பார்க்க அம்மா சென்றார். வாசலில் நின்ற காவலாளிகள் வணக்கம் வைத்தார்கள். அம்மாவும் அக்காவும் அவர்களோடு கைகுலுக்கிவிட்டு சென்றனர். காவலாளியின் முகத்தில் அவ்வளவு மகிழ்ச்சி.

பார்வையாளர்கள் அனுமதி சீட்டோடு உள்ளே செல்ல எங்களை அனுமதித்தனர்.

மருத்துமனையில் அனைவரும் அன்பாகவே பேசினார்கள். திரும்பிய திசையெங்கும் நிசப்தம் நிலவியது. தனியறையில் பிரசவ வலியெடுத்த பெண்ணிற்கு இலவச மருத்துவம் கிடைத்தது.

தோழியின் மகளுக்கு சுகப்பிரசவம் ஆனதால், அம்மாவும் மகிழ்ச்சியில் மருத்துவமனையை பராமரித்த அனைவருக்கும் நன்றி தெரிவிக்க புறப்பட்டு சென்றார், சிறு புன்னகையோடு அவர்வர் தன் பணியை தொடர்ந்து செய்து கொண்டிருந்தனர். அம்மாவுக்கு சுகர் இல்லை என்பதால் பசிக்கவில்லை. சில்லறை இல்லாததால் அரசு பஸ்ஸில் ஏறவில்லை. கண்டக்டருக்கு சிரமம் தரவேண்டாம் என்று எண்ணினார்.

அரசின் மறுமலர்ச்சி திட்டத்தினால் முப்போகம் விளைந்தது பூமி. கொட்டிய மழையினால் ஏரி குளம் நிரம்பியது, மழை நீர் ஆற்றின் வழியாகச் கடல்லை சென்றடையவில்லை. ஆற்றின் இடையே ஆங்காங்கே குறுக்கே அணைகள் நிறைய எண்ணிக்கையில் கட்டப்பட்டிருந்தது. அயிரையும் கெண்டையும் கொஞ்சம் மத்தி மீன்களும் அணை நீரில் துள்ளியது.

ஒரு கிலோ அயிரையின் விலை வெறும் ஐம்பது ரூபாய் என்றார்கள். அப்படியே ஒரு இரண்டு கிலோ வாங்கிபோட மனம் ஏங்கியது. ஏன் திருவிழா பண்டிகை ஏதும் வரவில்லையா, இவ்வளவு கம்மியான விலைக்கு விற்றால் விற்பனையாளர்கள் எப்படி பிழைப்பார்கள் என்று மனம் வருந்தியது.

அப்பாவை போல் அம்மாவும் நடந்தே தான் எங்கும் செல்வார், சாலையெங்கும் வாகன சத்தமே இல்லை, எங்கும் எட்டுவழி சாலை என்பதால் குண்டு குழியெல்லாம் நான் கண்டதே இல்லை. ஊரெங்கும் பாதாள சாக்கடை வசதியிருந்ததால் சாலையும் நாற்றம் இல்லாமல் நன்றாக இருந்தது. குடிநீர் பற்றாக்குறையே வந்ததில்லை, ஏழைகளுக்கு மின்சாரமும் இலவசமாய் கிடைத்தது. மன்னிக்கவும் எங்கள் ஊரில் ஏழைகளே கிடையாது.

ஆளுக்கொரு வீடு இருந்ததால் யாரும் சாலையின் ஓரத்தில் படுத்து உறங்கவே இல்லை. மேம்பாளத்திற்கு கீழ் குடிசைகளே இல்லை. சாலையை நன்றாக பராமரித்து கொண்டிருந்தனர், அங்கு வேலை செய்தவர்கள் எல்லாம் நம்ம ஊர் மக்கள் மட்டுமே, பக்கத்து ஸ்டேட்காரனுங்களும் கொஞ்சம் உதவிக்கும் வைத்து இருந்தார்கள். வீட்டில் தகுதியுள்ள ஒருவருக்கு அரசு வேலை கிடைத்ததால் மக்களும் மகிழ்ச்சியில் நிம்மதியாய் வாழ்ந்தனர்.

பாதி வழியில் நடந்து சென்று கொண்டிருந்த அம்மாவுக்கு சட்டென்று ஞாபகம் வந்தது, இன்று கரண்ட் பில் கட்டவேண்டும். பாவம் அரசாங்கம், நாம் வரிப்பணம் கட்டினால் தான் ஏழை மக்களுக்கு ஏதாவது உதவிசெய்யும் என்று நினைத்து கொண்டு, உடனே என்னை கைபேசியில் அழைத்தார், அடுத்து ஆகவேண்டிய விசயத்தையும் என்னிடம் கூறினார்.

அம்மா என்னிடம் பேசி முடிக்கும் போதே, ஒரு ஆழ்துளை போரின் மேல்பகுதி மூடாமலே

இருந்ததை கண்ணாடி அணியாத கண்களால் கவனித்து விட்டார்.

அம்மா அங்கிருந்தே ஒரு அவசர உதவிக்கு அழைக்கப்படும் போன் நம்பருக்கு டயல் செய்தார், நாலாவது நிமிடமே ஏரியா கவுன்சிலர், வேட்பாளர் மற்றும் கலெக்டர் எல்லாம் வந்து நின்றனர், எந்த அசாம்பாவிதம் நடக்காமல் பார்த்து கொண்டார்கள். பத்திரிகையாளர்கள் உண்மையை மறைக்காமல் அப்படியே செய்தித்தாளில் வெளியிடுவதாய் வாக்களித்தனர்.

அம்மா அழைத்ததுமே நானும் அப்பாவின்

புது பைக்கை எடுத்து கொண்டு மெதுவாக சாலையில் சென்றேன். சிக்னலில் பச்சை சிகப்பு விளக்கு சரியாக எரிந்தது.

அம்மாவின் கடமையை நிறைவேற்ற சென்றவனை குறுக்கே தடுத்தார்கள் நம்ம காக்கி காவல் நண்பர்கள். சில காகிதங்களை கொடுத்த பிறகு வழக்கில்லாமல் வழியனுப்பி வைத்தார்கள். மிகவும் நேர்மை தவறாதவர்கள். என் இரும்பு மனம் இளகியது.

அவசர அவசரமாக அம்மாவை சந்தித்தேன், மணி பண்ணிரண்டு ஆகிவிட்டது சரி நாளைக்கு வரி கட்ட போகலாமா என்றார். இல்லை இன்று தான் கடைசி நாள் வரிப்பணம் கட்டி விடுவோம் என்றேன்.

சாப்பிடுவதற்கு நேரம் இல்லை என்றாலும் அவரவர் சலிக்காமல் வேலை செய்து கொண்டிருந்தார்கள். அத்தனை பேரும் கண்சிமிட்டாமலே செய்யும் வேலையில் கொஞ்சம் பிஸியாக இருந்தாலும்,

சார் என்று அழைத்த அடுத்த நொடியே, சொல்லுங்க சார் என்றப்படியே, வரிப்பணத்தை வாங்கி கொண்டு உடனே வழியனுப்பி வைத்தார்கள். மக்களுக்கு ஆற்றும் தொண்டே மகேசனுக்கு ஆற்றும் தொண்டாய் அவரவர் பணியை செய்தார்கள்.

நானும் பீடு பேக் பார்ம் (Feedback form) தந்துவிட்டு வந்தேன். திருப்திக்கு இருநூறு மதிப்பெண்கள் தந்துவிட்டு வந்தேன்.

எனக்கு பசியெடுக்க ஆரம்பித்தது ஹோட்டலில் சாப்பிடலாம் என்றேன். சாப்பாட்டுக்கு தான் வரியே கிடையாதே, தண்ணிரும் இலவசம் வேறு, அப்புறம் என்ன வேண்டும். இங்கேயே சாப்பிடலாம்மா எனறேன். சரிடா செல்லம் என்றார் அம்மாவும்.

குறையே இல்லாத அளவிற்கு சாப்பாடு வயிறுமுட்ட உண்ட பின், வெறும் முண்ணுறு ருபாய் மட்டும் பில் வந்தது. சரி நம்மகிட்ட தான் நிறைய பணம் இருக்குனு, அரசாங்கத்துக்கு வரியையும் நம்மளே கொடுத்திடலாம்னு சொன்னேன். அம்மா உன் இஷ்டம்னு சொன்னதுமே, முப்பது பர்ஸ்சண்ட் உள்நாட்டு மற்றும் வெளிநாட்டு வரியை தனித்தனியாய் கொடுத்தேன்.

அம்மாவும் நானும் அதன் பிறகு வீட்டுக்கு சென்றோம்.

கடைசி பத்து வருடமும், குறிப்பிட்ட தேதிக்கு முன்னே வரி கட்டியதால் சிறந்த குடிமகன் விருது தர உடனே அழைப்பு வந்தது,அரசுப்பணியில் சேர்வதற்கான அப்பாயின்மென்ட் ஆர்டர்

தபாலில் வேலை வாய்ப்பு நிறுவனத்தில இருந்து வந்தது. பதிவிட்ட மூன்றாவது நாளே அரசு வேலை கிடைத்ததால், கடவுளுக்கு நன்றி சொல்லிவிட்டு, அப்பாவிடம் இந்த செய்தியை தெரிவிக்க லேண்ட் லைன் போனை எடுத்தேன்.

சட்டென்று ஞாபகம் வந்தது

அய்யோ அம்மா... சீக்கிரம், இன்னும் போன் பில்லு கட்டலை. சரி தம்பி... நீ போயி கட்டிட்டு வா என்றார் அம்மா.

பெட்ரோல் டீசல் விலை ரொம்ப சீப்பாக இருக்கு, நான் காரை எடுத்துட்டு போறேன் என்றேன். அம்மாவும் கிரின் சிக்னல் தந்தார். அம்மா வீட்டுக்கு வரியை கட்டிட்டு வந்துடுறேன் அதுக்கு பணம் கொடும்மா என்றதும், அதுக்கு என்னப்பா வரி விலக்கு தரபோறாங்கனு சொன்னாங்க, அதான் பணம் எடுத்து வைக்கலை, இந்த மாசம் அப்பாவுக்கு இன்கம்டேக்ஸ் பிடிச்சு இருக்காங்க. அதை திருப்பி தராங்களாம் மக்களுக்கே, அதுக்கு தான் அப்பா பேங்க்ல அக்கவுண்ட் ஓப்பன் பண்ணி இருக்காரு.

வெற்றி பெற்ற அமைச்சர் எல்லாம் மக்களுக்காக சேவை செய்ய காத்து இருக்காங்க... ஏதும் குறை இருந்தா மட்டும் நீ போயி சொல்லிட்டு வா. மறக்காமல் நன்றி தெரிவிச்சுடு வா, மாசா மாசம் நம்மளை வந்து பார்த்துகிறாங்க இல்ல, நாம்ம தான் அவங்களை மறக்கவே கூடாது, சரியா என்றார் அம்மா.

சரி என்றேன் நானும் பதிலுக்கு.

இந்த வருடத்தின் சிறந்த குடிமகன்னுக்கான விருதை உங்களுக்கு மக்களாட்சி தந்த

முதல்மைச்சர் தருகிறார் என்றதும் உறங்கும் போது கண்ட கனவில்லிருந்து விழித்துகொண்டேன்.

என்னாச்சு ஏன்டா தூக்கத்தில் ஏதோ குடிமகன் விருதுனு சொல்லி கைத்தட்டின கனவு கண்டியா என்றார் அம்மா.

இல்லையே...என்று பல்லிழித்தேன் கொஞ்சம் பதற்றத்துடன்.

சீக்கிரம் போய் பல்துலக்கிவிட்டு பால் வாங்கிட்டு வா காபி போட்டு தருகிறேன் என்றார் அம்மா.

சரி எனச்சொல்லி விட்டு கிளம்பிய நான், அரைமணிநேரம் கழித்து பின் பால் வாங்கி வீடு திரும்பயையலே கூட்ட நெரிச்சலில் ஆட்டோ இடித்து, குழியில் விழுந்த போது அம்மா என்று கத்தினேன்.

என் சத்தம் கேட்டதுமே,

அலறிக்கொண்டு வந்த அம்மா, சொன்னது மட்டும் அரை மயக்கத்தில் இருந்த என் காதில் விழுந்தது... இன்னும் நீ முழிக்கலையா!!! போயி ஆகுற வேலையை பாரு என்று.

ஊரே படம் பிடித்தது செல்போனில், அடிப்பட்ட வலியோடு கண்ணீர் சிந்தினேன். என் கனவு கோட்டையை தகர்த்தது யார் என்று தெரியாமல் தவித்து கொண்டு இருக்கிறேன். யார் காரணமோ அவர்களாவது வாழட்டும் வந்த கனவு கோட்டையில்!!!

நம்மையும் வாழ விட மாட்டார்கள், அவர்களும் வாழ மாட்டார்கள்.

இது தான் நம் உலகம்.

(இந்த சிறுகதை தொகுப்பை முழுமையாக வாசித்து பயன்டைந்த அனைத்து வாசக நண்பர்களுக்கும் என்றென்றும் கடமைப்பட்டுள்ளேன். உங்கள் விமர்சனத்திற்கும் காத்திருக்கிறேன்)

என்றென்றும் அன்புடன்

லெஷ்சுமி கணேசன்

www.ingramcontent.com/pod-product-compliance
Lightning Source LLC
LaVergne TN
LVHW091050150826
845673LV00002B/529

* 9 7 9 8 8 9 2 7 7 2 4 7 1 *